# മഞ്ഞിൽ മറയുന്ന ഹിമാലയൻ താഴ്‌വരകൾ

വിശ്വനാഥൻ മങ്ങാട്ട്

# Notion Press Media Pvt Ltd

No. 50, Chettiyar Agaram Main Road,
Vanagaram, Chennai, Tamil Nadu – 600 095

First Published by Notion Press 2021
Copyright © Viswanadhan Mangat 2021
All Rights Reserved.

ISBN 979-8-88521-259-5

# അദ്ധ്യായം – 1

2016 മാർച്ച് 19 ന് രാവിലെ 8 മണിക്ക് ഇൻഡിഗോ ഫ്ലൈറ്റ് നമ്പർ 425 6 E വിമാനത്തിൽ ഞങ്ങൾ നെടുമ്പാ ശ്ശേരി വിമാനത്താവളത്തിൽ വന്നിറങ്ങി. കൺവെ യർബെൽറ്റിൽക്കൂടി ലഗേജ് വരുന്നതും കാത്ത് കരോ സ്സൽ മേഖലയിൽ നിൽക്കുമ്പോൾ ഓരോരുത്തരുടെയും മുഖത്ത് എവറസ്റ്റ് കീഴടക്കി വരുന്നതിന്റെ വിജയഭാവം ആയിരുന്നു. അറുപതുകളിലും എഴുപതുകളിലും ജീവി ക്കുന്ന നാല്പതോളം പെൻഷൻ പറ്റിയവർ. ഒരായു ഷ്ക്കാലം മുഴുവൻ മനസ്സിൽ കൊണ്ടു നടന്ന ആഗ്രഹ ങ്ങളിൽ ചിലതു നേടാൻ അവസരം ലഭിച്ച ദിവസങ്ങൾ. ഹിമാലയത്തിന്റെ ശാന്തി നിറഞ്ഞ മനോഹര കാഴ്ചകൾ, പർവ്വതനിരകളുടെ തിളക്കം. താഴ്വരകളിലെ മൂടൽമഞ്ഞ ണിഞ്ഞ വൃക്ഷലതാദികൾ, പുഴകൾ, അരുവികൾ.

ട്രെയിൻ യാത്രയാണ് കൂടതൽ പേരും ആഗ്രഹി ച്ചിരുന്നത്. വിവിധ സംസ്ഥാനങ്ങളിലൂടെ ഗ്രാമങ്ങളിലൂടെ, വിജനമായ നാട്ടിൻപുറങ്ങളിലൂടെ നീണ്ട നീണ്ട യാത്രകൾ എന്നും ഇഷ്ടമായിരുന്നു. ഒടുവിൽ സമയലാഭ

ത്തിനുവേണ്ടി വിമാനയാത്ര തിരഞ്ഞെടുക്കുകയാണുണ്ടാ
യത്.

മക്കളുടെയും പേരക്കുട്ടികളുടെയും ഓർമ്മകളു
മായി ദിനരാത്രങ്ങൾ തള്ളി നീക്കാൻ വിധിക്കപ്പെട്ടു കഴി
ഞ്ഞിരുന്ന ഞങ്ങളുടെയൊക്കെ വിദൂര സ്വപ്നങ്ങളിൽ
പോലും ഇങ്ങിനെയൊരു സാഹസിക യാത്രക്ക് സ്ഥാനമു
ണ്ടായിരുന്നില്ല. ഞങ്ങളിൽ പലരും വാർദ്ധക്യത്തിന്റെ
അവഗണനയും, ഏകാന്തതയും അനുഭവിക്കുന്നവരായി
രുന്നു. കൊച്ചു മക്കളോടൊപ്പം കളിച്ചും കഥകൾ
പറഞ്ഞു കൊടുത്തും സന്തോഷം പങ്കിടാൻ ഭാഗ്യം
ലഭിച്ച ചുരുക്കം പേരുണ്ടായിരുന്നു. ജീവിതത്തിന്റെ
എല്ലാ വെല്ലുവിളികളെയും മറികടന്നു, വാർദ്ധക്യത്തിന്റെ
സ്വാതന്ത്ര്യവും, സന്തോഷവും ആവുന്നേടത്തോളം
ആസ്വദിക്കണമെന്ന അഭിപ്രായക്കാരും കുറവല്ലായിരുന്നു.

ഞങ്ങളുടെയൊക്കെ ഒദ്യോഗിക ജീവിതകാലം
ഏറെക്കുറെ ഒരുപോലെതന്നെ ആയിരുന്നെന്നു പറയാം.
ബസ്സ്റ്റോപ്പുകളിലും റെയിൽവെ സ്റ്റേഷനുകളിലും
നീണ്ട കാത്തുനിൽപ്. തിങ്ങി നിറഞ്ഞ ബസ്സിലോ,
കോച്ചിലോ ദുസ്സഹമായ വിയർപ്പിന്റെ ഗന്ധവും സഹിച്ചു
കൊണ്ടുള്ള യാത്രകൾ, ഇടുങ്ങിയ വൃത്തിഹീനമായ
ഏതെങ്കിലും വാടകമുറിയിലെ താമസം, വല്ലപ്പോഴും
വന്നെത്തുന്ന അതിഥിയെപോലെ വീട്ടലെത്തിയാൽ പി
റ്റേന്ന് നേരം പുലരുന്നതിനുമുൻപേ പടിയിറക്കം. ഇതിനി

ടയിൽ ഭാര്യക്കോ മക്കൾക്കോ വേണ്ടി ചിലവിടാൻ സമ
യമെവിടെ?

ഇന്നത്തെല്ലാം വെറും ഗതകാല സ്മരണകൾ.

ഇസ്മാലി മാസ്റ്റർ ആണ് വർഷംതോറും മുടക്കമി
ല്ലാതെ നടത്തിവരുന്ന, ഏകദേശം രണ്ടാഴ്ചയോളം
നീണ്ടു നിൽക്കാറുള്ള ദീർഘമായ വിനോദയാത്രകളുടെ
സാരഥി. ഈ പ്രാവശ്യം യാത്ര ഹിമാലയത്തിലേക്ക്
ആണെന്നറിഞ്ഞപ്പോൾ വളരെ സന്തോഷം തോന്നി.
സുഹൃത്തുക്കൾ പലരും എതിർപ്പ് പറഞ്ഞു: പ്രായം
ചെന്നവരെയും കൊണ്ട് അങ്ങ് അകലെ കുത്തനെയുള്ള
കയറ്റങ്ങളും ഇറക്കങ്ങളും താണ്ടി, മലകളും കുന്നുകളും
കടന്ന് ഒരു സാഹസിക യാത്ര. കോച്ചുവിറക്കുന്ന തണു
പ്പിൽ ഇങ്ങിനെയൊരു പരീക്ഷണം വേണോ? ഈ പ്രതി
കൂല ഘടകങ്ങളെ ഇവരൊക്കെ എങ്ങിനെ അതിജീ
വിക്കും? ഞങ്ങളുടെ സംഘത്തിൽ തന്നെ പലർക്കും ആ
ഭയം ഉണ്ടായിരുന്നു. അതെല്ലാം അസ്ഥാനത്തായിരു
ന്നെന്ന് ഇപ്പോൾ തെളിയിച്ചു കഴിഞ്ഞിരിക്കുന്നു.

കഴിഞ്ഞ പതിനൊന്നു ദിവസങ്ങൾ എത്ര
പെട്ടെന്നാണ് കടന്നുപോയത്. പലർക്കും പോരാ
എന്നൊരു തോന്നൽ. പോയവഴകളിലൂടെ ഒരുവട്ടംകൂടി
കറങ്ങി വരാൻ കഴിഞ്ഞിരുന്നെങ്കിൽ! എന്തൊക്കെയാ
യാലും ആവർത്തന വിരസമായ വാർദ്ധക്യ ദിനങ്ങ
ളിൽനിന്നും അകന്ന് വ്യത്യസ്തമായ ഒരന്തരീക്ഷത്തിൽ

സമപ്രായക്കാരുമായി ഇടപഴകാനും അനുഭവങ്ങൾ പങ്കി ടാനും കഴിഞ്ഞത് ഒരു ഭാഗ്യമായി കരുതുന്നു. ഒരു സത്യംകൂടി ബോധ്യപ്പെടുന്നു. വാർദ്ധക്യം എല്ലാവർക്കും ഒരുപോലെതന്നെയാണ്... മനസ്സും, ചിന്തകളും, പരാധീന തകളും എല്ലാം എല്ലാം.

എയർപോർട്ടിനു പുറത്തുവന്നപ്പോൾ സ്റ്റാൻലി മാസ്റ്റർ മിഠായി വിതരണം ചെയ്യുന്നതുകണ്ടു. അടുത്തെ ത്തിയപ്പോൾ ഞങ്ങൾക്കും കിട്ടി. അടുത്തവർഷവും കാണണം- മാസ്റ്റർ പറഞ്ഞു.

ഞങ്ങൾക്ക് തിരിച്ചുപോകാനുള്ള ബസ് വരാൻ സമയമുണ്ട്. എല്ലാവരും കാത്തിരുന്നു. പിന്നെ നിശ്ശബ്ദത.

ഇസ്മാലി മാസ്റ്റർ അഗാധമായ ചിന്തയിലാണ്. ഈ വർഷത്തെ ടാസ്ക് പൂർത്തിയായി. ഇനി അടുത്ത വർഷം എവിടേക്ക്? ഓരോ യാത്രക്കും ഓരോ വർഷം നീണ്ടു നിൽക്കുന്ന തയ്യാറെടുപ്പുകളാണ്. താമസം, ഭക്ഷണം വാഹനങ്ങൾ.... ഒരു ഘട്ടത്തിലും വീഴ്ചയുണ്ടാ കരുത്. ഇത് വെറും വിനോദയാത്രകൾ അല്ല... ഓരോ പ്രദേശത്തിന്റെയും ഓരോ ജനവിഭാഗങ്ങളുടെയും ആ ത്മാവ് തേടിയുള്ള തീർത്ഥ യാത്രകളാണ്.

    മഞ്ഞിൽ മറയുന്ന ഹിമാലയൻ താഴ്വരകൾ

# അദ്ധ്യായം – 2

2016 മാർച്ച് 8. വെളുപ്പിന് മൂന്ന് മണിക്ക് കൊടുങ്ങല്ലൂർ ച ന്തപ്പുരയിൽ നിന്നാണ് ഞങ്ങൾ പുറപ്പെട്ടത്. ഇസ്മാലി മാസറ്റർ നിർദ്ദേശിച്ചത് പ്രകാരം എല്ലാവരും എല്ലാ തയ്യാ റെടുപ്പുകളും എടുത്തിരുന്നു. സാധാരണ വസ്ത്രങ്ങൾക്ക് പുറമെ കമ്പളിയുടുപ്പുകൾ,മരുന്നുകൾ, കേടുവരാത്ത ഭക്ഷണസാധനങ്ങൾ എന്നിവ. വസ്ത്രങ്ങൾ കഴുകി ഉണ ക്കിയെടുക്കാനുള്ള പ്ലാസ്റ്റിക് കയറുകൾ വരെ കരുതിയി രുന്നു.

കഴിഞ്ഞ വർഷത്തെ രാമേശ്വരം – ധനുഷ്കോടി യാത്രയിൽ പങ്കെടുത്തവരെല്ലാം ഈ പ്രാവശ്യവും വരു ന്നുണ്ട്. എല്ലാവരും ലഗേജ് കയറ്റിയതിനുശേഷം സീറ്റുക ളിൽ ഇരുന്നു. ബസ് നെടുമ്പാശ്ശേരി ലക്ഷ്യമാക്കി യാത്ര തിരിച്ചു. സ്കൂളിൽ ഏഴാം ക്ലാസ്സിൽ പഠിക്കുന്ന കാല ത്താണ് ആദ്യമായി വിനോദയാത്ര പോയത്, പീച്ചിയിലേ ക്ക്. ഇന്നും ആ ആദ്യ യാത്രയുടെ അതേ ഉത്സാഹം.

ഉമേശൻ മാസ്റ്റർ, തമ്പുരാൻ മാസ്റ്റർ തുടങ്ങിയവ രുടെ മൽനോട്ടത്തിൽ രണ്ടു ബസ്സുകളിലായിരുന്നു അന്നത്തെ യാത്ര. ജീവിതത്തിൽ ആദ്യമായി ഉഴുന്നുവട

കഴിച്ചതും, ഫിൽറ്റർ കാപ്പികുടിച്ചതും അന്നായിരുന്നു. പത്തൻസ് ഹോട്ടലിൽ. കൊടുങ്ങല്ലൂരിൽ അക്കാലത്ത് ഗോവിന്ദൻ മൂപ്പന്റെ കടയിൽ മുളക് വട., പരിപ്പുവട, പക്കാവട എന്നിവയാണ് ചായയോടൊപ്പം കടിക്കാൻ കിട്ടിയിരുന്നത്. പിന്നീട് ടി.എസ്. മാരാർ ഭാരത് ഹോട്ടൽ തുടങ്ങിയപ്പോൾ മസാല ദോശയും നെയ്റോസ്റ്റുമെല്ലാം കൊടുങ്ങല്ലൂരിന്റെ പുതിയ രുചിഭേദങ്ങളായി മാറി. പിൽക്കാലത്തു കേരളവർമ്മയിൽ പഠിക്കുമ്പോഴും, തൃശൂർ ജോലി ചെയ്യുന്ന ഘട്ടത്തിലും പത്തൻസിന്റെ മുമ്പിലൂടെ കടന്നുപോകുമ്പോഴൊക്കെ ഞാനാ വിനോദ യാത്രയെക്കുറിച്ചും സ്കൂൾ വിദ്യാഭ്യാസകാലത്തെക്കു റിച്ചും ഓർക്കാറുണ്ട്. അന്നൊക്കെ ഏതെങ്കിലും അദ്ധ്യാപ കൻ ലീവ് ആണെങ്കിൽ പകരക്കാരനായി വരാറുള്ളത് ചെറിയ തമ്പുരാൻ മാഷ് ആയിരുന്നു. വായ് തുറന്നു വെളുക്കെ ചിരിച്ചുകൊണ്ട് മാഷ് ആവേശത്തോടെ കട ന്നുവരുന്നത് തന്നെ എല്ലാവർക്കും സന്തോഷം നൽകുന്ന അനുഭവമായിരുന്നു. വന്നപാടെ മാഷ് കഥ പറയാൻ തുട ങ്ങും. കൂടുതലും തെന്നാലി രാമൻ കഥകൾ. കണക്കും, സയൻസും, സാമൂഹ്യശാസ്ത്രവുമെല്ലാം പഠിച്ചു ഹൃദി സ്ഥമാക്കുന്നതിനപ്പുറം ഞങ്ങളുടെയൊക്കെ വ്യക്തി ത്വങ്ങളെ പരിപോഷിപ്പിക്കാൻ പര്യാപ്തമായ ഒരുപാട് ഘടകങ്ങൾ ആ കഥകളിലുണ്ടായിരുന്നു. വിമാനത്തിൽ വിൻഡോ സീറ്റ് ആണ് കിട്ടിയത്. എനിക്കിഷ്ടപ്പെട്ടു.

ബാംഗ്ലൂർ വഴി കൊൽക്കത്തക്ക്. രാവിലെ 10.25 ന് പുറപ്പെ ടേണ്ടിയിരുന്ന ഇൻഡിഗോ വിമാനം നീണ്ട കാത്തിരിപ്പി നുശേഷം 2.15 നാണു പുറപ്പെട്ടത്. സാധാരണ അവർ യാ ത്രക്കാർക്ക് ഭക്ഷണം നൽകാറില്ല. എന്നാൽ ഇന്ന് ഫ്ലൈറ്റ് വൈകിയതിനാൽ എയർപോർട്ടിൽ വച്ചുതന്നെ അവർ സ്നാക്ക്സ്, സോഫ്റ്റ് ഡ്രിങ്ക്സ് എന്നിവ നൽകി യിരുന്നു.

ബോർഡിങ് പാസ്സ് ലഭിച്ച യാത്രക്കാരെല്ലാം കയ റിക്കഴിഞ്ഞിരുന്നു. എയർഹോസ്റ്റസ്സുമാർ ഹാൻഡ് ബാഗ്ഗേജ് മുകളിലെ റാക്കിൽ ഒതുക്കുന്നതിനും, സീറ്റ് ബെൽറ്റ് മുറുക്കുന്നതിനുംയാത്രക്കാരെ സഹായിച്ചു കൊണ്ട് പാസ്സേജിലൂടെ നീങ്ങി. പിന്നെ താമസിയാതെ ഫ്ലൈറ്റ് അറ്റൻന്റിന്റെ അനൗൺസ്മെന്റ് മുഴങ്ങി, എല്ലാ യാത്രക്കാരും സീറ്റ് ബെൽറ്റ് മുറുക്കണം. നമ്മൾ യാത്ര ആരംഭിക്കുകയാണ്... ബംഗ്ലൂർ വഴി കൊൽക്കൊത്ത. വിമാനം ടർമാക്കിലൂടെ നീങ്ങി. റൺവേയുടെ കിഴക്കേ അറ്റത്തു തിരിഞ്ഞു നിന്നു. പിന്നെ ചെവിയടപ്പിക്കുന്ന ശബ്ദത്തോടെ റൺവേയിലൂടെ കുതിച്ചുപായുകയും,, വായുവിലേക്ക് ഉയരുകയും ചെയ്തു. താഴെ വാഹ നങ്ങൾ ഒഴുകുന്ന വീഥികളും, നാടും പുഴകളും, നെൽപ്പാ ടങ്ങളും ക്രമേണ അവ്യക്തമായി. ആകാശം മേഘങ്ങളി ല്ലാതെ തെളിഞ്ഞു കണ്ടു. താഴെ പശ്ചിമഘട്ടം മാഞ്ഞു പോയ പെയിന്റിംഗ്പോലെ... ബാംഗ്ലൂർ എയർപോർട്ടിലെ

സ്റ്റോപ്പ് ഓവറിന് ശേഷം വിമാനം വീണ്ടും ടേക്ക് ഓഫ് ചെയ്തു. സ്റ്റാറ്റിസ്റ്റിക്സ് വിഭാഗത്തിൽനിന്നും വിരമിച്ച വേണുഗോപാൽ, ഭാര്യ സാവിത്രി ടീച്ചർ, സിന്ധ ടീച്ചർ തുടങ്ങിയവർ മുൻ നിരയിലുണ്ടായിരുന്നു. കഴിഞ്ഞ രാത്രിയിൽ ആരും തന്നെ ഉറങ്ങിയിട്ടുണ്ടാവില്ല. അതു കൊണ്ട് പലരും യാത്ര തുടങ്ങിയപ്പോഴേ ഉറക്കത്തി ലാണ്ടു കഴിഞ്ഞിരുന്നു.

എന്റെ സഹപാഠിയായിരുന്ന രംഗൻ തൊട്ടടുത്ത സീറ്റിൽ ഉണ്ട്. ബാല്യകാല സുഹൃത്തെന്നു പറയാം. അഴീക്കോട് ചേച്ചിയുടെ വീട്ടിൽ പോകുമ്പോഴെല്ലാം അയൽവാസിയായ രംഗന്റെ കൂടെ സമയം ചിലവഴിക്കാ റുണ്ട്. പി.ഡബ്ല്യൂ,ഡി. യിൽ നിന്നും എക്സിക്യൂട്ടീവ് എഞ്ചിനീയർ തസ്തികയിൽ വിരമിച്ച രംഗൻ എന്നും ജാടകളില്ലാത്ത ഒരു സാധാരണ മനുഷ്യനായിരുന്നു. സ്കൂൾ വിദ്യാഭ്യാസകാലത്തെ ബന്ധങ്ങൾ മനസ്സിൽ ആഴത്തിൽ വേരൂന്നിയവയായിരിക്കും. അതിൽ വേർപാ ടിന്റെ നൊമ്പരങ്ങൾ പേറുന്ന ഓർമ്മകളുണ്ട്.ഏഴാം ക്ലാസ് വരെ വിദേശത്തു പഠിച്ചു, എട്ടാം ക്ലാസ് മുതൽ ഞങ്ങളോടൊപ്പം ഒരേ ബഞ്ചിൽ ഇരുന്നു പഠിച്ചിരുന്ന ശ്രീകുമാർ, ലളിതയുടെ സഹോദരൻ സുഗതൻ, സാഹി ത്യസമാജം മീറ്റിംഗുകളിൽ മുടങ്ങാതെ മോണോ ആക്ട് അവതരിപ്പിച്ചിരുന്ന പളനി, പൂന എൻ.ഡി.എ.യിൽ നിന്നും എം.ബി.ബി.എസ്. പാസ്സായി വന്ന അമർജ്യോതി,

മികച്ച വക്കീലായി പ്രാക്ടീസ് ചെയ്തിരുന്ന അജിത്കു മാർ.... അങ്ങിനെ കുറെ പേർ പിരിഞ്ഞുപോയി, ജീവിത ത്തിന്റെ പല വഴിത്തിരിവുകളിൽ. സ്കൂളിന്റെ മഞ്ഞ ചായം പൂശിയ കെട്ടിടങ്ങളും, ക്ലാസ് മുറികളും... വിശാല മായ കളിസ്ഥലത്തിനു കാവൽ നിൽക്കുന്ന മൂന്നു കൂറ്റൻ മട്ടി മരങ്ങൾ....

രക്ഷിതാക്കളുടെ കരുതലോടെ കുട്ടികളോട് ഇട പെട്ടിരുന്ന അദ്ധ്യാപകർ... സ്കൂളിന്റെ പരിസരത്തു തന്നെ അറിവിന്റെ തമ്പുരാന്മാരുടെ കൊട്ടാരങ്ങൾ: പുത്തൻ കോവിലകവും, ചിറക്കൽ കോവിലകവും. അധികാരത്തി ന്റെ ആസ്ഥാനങ്ങളായിരുന്ന ഈ കോവിലകങ്ങളിൽനി ന്നുതന്നെയാണ് പിന്നീട് വിപ്ലവത്തിന്റെ ശംഖനാദങ്ങൾ ആദ്യമായി മുഴങ്ങി കേട്ടതും, പരിവർത്തനങ്ങൾക്ക് തുടക്കം കുറിച്ചതും. രംഗൻ ഉറക്കമുണർന്ന് ചുറ്റും ക ണ്ണോടിച്ചു. പിന്നെ വാച്ചിൽ നോക്കി പറഞ്ഞു: ഇനിയും സമയമുണ്ടല്ലോ? വിശ്വൻ ഉറങ്ങിയില്ലേ?

"ഇല്ല"

പുല്ലൂറ്റ് ഹൈസ്കൂളിൽനിന്നും ഹെഡ്മിസ്ട്രസ് ആയി വിരമിച്ച പ്രീതി ടീച്ചർ ആണ് രംഗന്റെ ഭാര്യ. ലളിത പലപ്പോഴും ടീച്ചറെ പറ്റി പറയാറുണ്ട്. അവർ കുടുംബ ബന്ധങ്ങൾ ഉള്ളവരാണ്. അതുകൊണ്ട് കുട്ടിക്കാലം മുതൽ അടുത്തറിയുന്നവ രുമാണ്.

വർഷങ്ങൾക്കുമുമ്പ് അസുഖം തളർത്തിക്കളഞ്ഞ ഒരു കാലഘട്ടം ടീച്ചർക്കുണ്ടായിരുന്നു. മരുന്നുകളെക്കാ ളും, കുരുത്തുറ്റ മനസ്സുകൊണ്ടാണ് അവർ അതിനെ യെല്ലാം നേരിട്ടത്. യവനപുരാണത്തിലെ ഫിനിക്സ് പക്ഷിയെപ്പോലെ ചാരത്തിൽനിന്നും പറന്നുയരുന്നത് കണ്ടു. ഇന്ന് ടീച്ചർ ഒരുപാട് പേർക്ക് ആശ്വാസകേന്ദ്രമാ ണ്. രോഗങ്ങളോട് പടവെട്ടി ജയിച്ചു മുന്നോറാനുള്ള പ്ര ചോദനമാണ്. എയർ ഹോസ്റ്റസ്സുമാർ ശീതള പാനീയങ്ങ ളും, മിനറൽ വാട്ടർ കുപ്പികളും നിരത്തിയ ട്രോളിയും തള്ളിക്കൊണ്ട് വന്നു. ഞങ്ങൾ ഓരോ ചെറിയ വെള്ള കു പ്പികൾ വാങ്ങി. കൊണ്ടുവന്ന പലഹാരങ്ങൾ പരസ്പരം കൈമാറി.

വിമാനം ഉപഭൂഖണ്ഡത്തിന്റെ പ്രധാന പ്രദേ ശങ്ങൾ മുറിച്ചു കടന്നു. ആന്ധ്രയുടെയും, ഒഡീഷയു ടെയും തീരദേശങ്ങൾ താണ്ടി, ബംഗാൾ ഉൾക്കടലിന്റെ നീല പരപ്പുകൾക്ക് മുകളിലൂടെ.... പകൽ വെളിച്ചം മങ്ങി തുടങ്ങി. ഈ ആകാശ യാത്രയിൽ വിമാന ജാലകത്തി ലൂടെ കാണപ്പെടുന്ന ചുവപ്പും, കുങ്കുമവും കലർന്ന വർണ്ണാഭമായ സന്ധ്യയുടെ ഭംഗി... പിന്നീട് ഇരുൾ പര ന്നു. അനൗൺസ്മെന്റ് മുഴങ്ങി. ലാൻഡിംഗിനുള്ള തയ്യാ റെടുപ്പാണ്. അവർ എല്ലാ യാത്രക്കാർക്കും നന്ദി പറഞ്ഞു. സീറ്റ് ബെൽറ്റുകൾ മുറുകി. എൻജിന്റെ ശബ്ദം നിലച്ചു. താഴേക്ക്, താഴേക്ക്... വിമാനത്തിന്റെ ടയറുകൾ റൺവേ

   മഞ്ഞിൽ മറയുന്ന ഹിമാലയൻ താഴ്വരകൾ

യിൽ ഉരഞ്ഞിറങ്ങുമ്പോഴത്തെ കുലുക്കം. ഒരു മണിക്കൂറി നുള്ളിൽ ഞങ്ങൾ നേതാജി സുഭാഷ് ചന്ദ്രബോസ് ഇന്റർനാഷണൽ എയർപോർട്ടിനു പുറത്തെത്തി. പശ്ചിമ ബംഗാളിന്റെ മണ്ണിൽ.

# അദ്ധ്യായം – 3

പിറ്റേ ദിവസം രാവിലെ ഹോട്ടൽ ജനപ്രിയയിലെ മൂന്നാം നിലയിലുള്ള മുപ്പത്തിരണ്ടാം നമ്പർ മുറിയിൽ ഉറക്കമു ണർന്നു. എയർപോർട്ടിൽനിന്നും മൂന്നു കിലോമീറ്റർ മാത്രം ദൂരമുള്ള ബോസ്ബെറിയിലാണ് ഈ ഹോട്ടൽ. അധികം ആർഭാടങ്ങളില്ലാത്ത, നല്ല വൃത്തിയും, വെടിപ്പു മുള്ള മുറികൾ. ഇത്തരം ഹോട്ടലുകൾ ഈ ഭാഗത്തു ധാരാളം ഉണ്ട്. ഇവിടെ ഭക്ഷണം കിട്ടാൻ റെസ്റ്ററന്റിൽ പോകണം. ഹോട്ടലിൽ ഭക്ഷണം കിട്ടില്ല. വേണമെങ്കിൽ വരുത്തി തരും.

ഞാൻ താഴേക്ക് ഇറങ്ങി. ഹോട്ടൽ ബോയ്സ് ഉറ ക്കമുണർന്നിട്ടില്ല. പുറത്തെ വരാന്തയിൽ പി.കെ. ശശി യും, ഹരിദാസും നിൽക്കുന്നുണ്ട്. കെ.കെ.ടി.എം. കോളേ ജിൽനിന്നും സൂപ്രണ്ടായി വിരമിച്ച ആളാണ് ശശി. ഹരി ദാസ് പോലീസ് ഡിപ്പാർട്ട്മെന്റിൽ സബ് ഇൻസ്പെക്ടർ ആയിരുന്നു.

ഞങ്ങൾ ചായ അന്വേഷിച്ചു പുറത്ത് കടന്നു. തെ രുവിൽ പകൽവെട്ടം പരന്നു തുടങ്ങിയിരുന്നു. ഗുർബാനി യുടെ ഈണങ്ങൾ പതിഞ്ഞ ശബ്ദത്തിൽ ഒഴുകിയെത്തു

ന്നു. അരികിലുള്ള ഗുരുദ്വാരയിൽനിന്നാണ്.റെസ്റ്റോറന്റ് ഒന്നും തുറന്നു തുടങ്ങിയിട്ടില്ല. പ്രധാന റോഡിലേക്ക് കട ക്കുന്നിടത്തു ഒരു ഭാഗത്തുഒരാൾ സോസ് പാൻ സ്റ്റവിന്റെ മുകളിൽവെച്ച് ചായ യുണ്ടാക്കുന്നത് കണ്ടു. വളരെ ചെറിയ ഡിസ്പോസിബിൾ കപ്പ് കണ്ടപ്പോൾ തന്നെ അത്ഭുതം തോന്നി. കഷ്ടി ഒരു ഔൺസ് ചായ മാത്രം കൊള്ളുന്ന കപ്പ്.

"ചായ നന്നായിരുന്നു. പക്ഷെ ഇതുപോലെ അഞ്ചു കപ്പ് കുടിച്ചാലേ നമുക്കൊക്കെ കുടിച്ചു എന്ന് തോന്നൂ."

തിരിച്ചു പോരുമ്പോൾ ഹരിദാസ് പറയുന്നുണ്ടാ യിരുന്നു.

ന്യൂസ് പേപ്പർ ബോയ്സ് ഭാരിച്ച പത്രക്കെട്ടുകളും പുറകിൽവെച്ച് ബൈക്കിലും, സ്കൂട്ടറിലുമൊക്കെയായി പാഞ്ഞു പോകുന്നുണ്ടായിരുന്നു. ബംഗാളി ബോർഡ് വെച്ച സിറ്റി ബസ്സുകൾ നിരത്തിലോടി തുടങ്ങിയിരുന്നു.

7.30 നു പ്രഭാത ഭക്ഷണം അടുത്ത റെസ്റ്റോറന്റിൽ നിന്നും കൊണ്ടുവന്നു. ദോശ. ഇഡ്ഡലി, വട, സാമ്പാർ എല്ലാം നേരത്തെ പ്രത്യേകം ഏൽപ്പിച്ചിരുന്നതാണ്. ഒൻപ തുമണിയോടെ എല്ലാവരും ബസ്സിൽ കയറി. കൊൽക്കൊത്ത സിറ്റി യാത്രക്ക് വേണ്ടിമാത്രം ഒരു ബസ് ഏർപ്പെടുത്തിയിരുന്നു. ഇന്നലെ വൈകുന്നേരം ഞങ്ങളെ യെല്ലാം വിമാനത്താവളത്തിൽനിന്നും ഹോട്ടലിലേക്ക്

കൊണ്ടുവിട്ടതും ഈ ബസ്സിൽ തന്നെ. ഹോട്ടലിലേക്ക് ദൂരം കുറവാണെങ്കിലും ലഗേജിന്റെ ഭാരം ഇറക്കിവെക്കാനായത് വലിയ ആശ്വാസമായി. ഹോട്ടലിന്റെ മൂന്നു നിലകളിലായി ഇരുപതു മുറികൾ. താഴത്തെ നിലയിൽ പ്രായം കൂടുതലുള്ള എസ്.കെ. ബാലകൃഷ്ണൻ മാസ്റ്റർ, പീതാംബരൻ മാസ്റ്റർഎന്നിവരും കുടുംബവും. 83 വയസ്സുള്ള ബാലകൃഷ്ണൻ മാസ്റ്റർ കൊടുങ്ങല്ലൂർ ബോയ്സ് ഹൈസ്കൂളിൽ നിന്നും പെൻഷൻ പറ്റി. എല്ലാ യാത്രകളിലും ചുറുചുറുക്കോടെ പങ്കെടുക്കുകയും പാചകക്കാർ കൂടെയുള്ള യാത്രകളാണെങ്കിൽ ഷെഫ് സലീമിനെ സഹായിക്കാനും, ഭക്ഷണം വിളമ്പാനുമെല്ലാം മുൻപന്തിയിൽ ഉണ്ടാകുമായിരുന്നു. അടുത്ത വർഷത്തെ ഹിമാചൽ യാത്രയിലാണ് മാസ്റ്റർ അവസാനമായി പങ്കെടുത്തത്.

(ഇന്നദ്ദേഹം നമ്മോടൊപ്പമില്ല. 2019 ലെ ലോക്ക് ഡൗൺ കാലത്ത് പിരിഞ്ഞുപോയി. അന്ത്യാഭിവാദ്യങ്ങൾ അർപ്പിക്കാൻപോലും ആർക്കും കഴിഞ്ഞില്ല. പ്രണാമം!)

പീതാംബരൻ മാസ്റ്റർ ജെ.ടി.എസ്. ൽ നിന്നും വിരമിച്ചു. ധാരാളം സംസാരിക്കും. ഇടയ്ക്കു ശ്വാസതടസ്സം വരും.എങ്കിലും കുട്ടികളുടെ മനസ്സാണ്, ഉത്സാഹവും. ഓരോ പ്രാവശ്യവും യാത്രാവസാനം ഇസ്മാലി മാസ്റ്ററുടെ പുറകെ നടന്നു പറയും: അടുത്തപ്രാവശ ശ്യവും എന്നെ കൂട്ടണം, ഒഴിവാക്കരുത്, പ്രായത്തിന്റെ

പരിമിതികളൊക്കെ മറികടക്കാനാകും, കൂട്ടത്തിൽ ഇത്രയും പേരില്ലേ? ആരുടെയെങ്കിലുമൊക്കെ സഹായ ത്താൽ.......

ഒമ്പതുമണിക്ക് തന്നെ ബസ് പുറപ്പെട്ടു. വെയിൽ പടർന്നു. വായുവിന് ചൂടേറി തുടങ്ങി. ആദ്യ സന്ദർശനം 24 ഉത്തര പാർഗാനാസ് ജില്ലയിൽ ദക്ഷിനേശ്വർ കാളി ക്ഷേത്രം. ഹുഗ്ലി നദിയുടെ കിഴക്കൻ തീരം. അവിടെ റാണി രാഷ്മണി നിർമ്മിച്ച ആരാധന സ്ഥലം. ക്ഷേത്ര ത്തിനു വേണ്ടി വാങ്ങിയ നാല്പത് ഏക്കർ ഭൂമിയിൽ ഒരു ഭാഗം ശ്മശാനമായിരുന്നു എന്നു വിശ്വസിക്കപ്പെട്ടിരുന്നു. എന്നാൽ തന്ത്രവിധി പ്രകാരം കാളീപൂജക്ക് ഏറ്റവും അ നുയോജ്യമെന്ന് പുരോഹിതന്മാർ കണ്ടെത്തി. കാളിയുടെ അവതാരമായ ഭാവതരണിയാണ് പ്രതിഷ്ഠം.

റാണി ഒരു യാഥാർത്ഥ മനുഷ്യസ്നേഹിയും ദേശീയവാദിയുമായിരുന്നു. ബ്രിട്ടീഷ് ആധിപത്യത്തിനെ തിരെ പ്രതിഷേധിക്കാൻ അവർക്കു അവരുടേതായ രീതി കളും മാർഗ്ഗങ്ങളുമുണ്ടായിരുന്നു. ബ്രിട്ടീഷ് ഈസ്റ്റ് ഇന്ത്യ കമ്പനി നാടിന്റെ ഭരണത്തിൽ കൂടെകൂടെ ക്രൂരമായ നിയ മങ്ങളും, നിയന്ത്രണങ്ങളും അടിച്ചേൽപ്പിക്കാൻ തുടങ്ങിയ പ്പോൾ അതിനെ പ്രതിരോധിക്കാനും, തോൽപ്പിക്കാനു മുള്ള ശ്രമങ്ങൾ അന്നേ തുങ്ങിയിരുന്നു.

ഹുഗ്ലിയുടെ ഇതേ തീരത്തുതന്നെയായിരുന്നു ബാരക്പൂർ സൈനിക കേന്ദ്രം. ഈ കാലത്തുതന്നെ

യാണ് മീറത്തലും, ബാരക്പൂറിലും ഉണ്ടായിരുന്ന ദേശ സ്നേഹികളായ സൈനികർ വേണ്ടത്ര കൂടിയാലോചന കൾക്കുശേഷം ഒരു കലാപത്തിലേക്ക് നീങ്ങിയത്. ഈ കലാപമായിരുന്നു ശിപായി ലഹളയായി മാറിയത്. 1857 ലെ ഇന്ത്യൻ സ്വാതന്ത്ര്യത്തിന്റെ ഒന്നാം യുദ്ധം.

നാഷണൽ ലൈബ്രറിയും, പ്രസിഡൻസി കോളേജും സ്ഥാപിച്ചത് ഈ റാണിതന്നെ ആയിരുന്നു.

കടവിലെ വെള്ളം ചെളി കലങ്ങി കിടന്നിരുന്നു. ഹൗറ പാലത്തിനടിയിലൂടെ യാത്രാ ബോട്ടുകൾ നീങ്ങു ന്നുണ്ടായിരുന്നു.

അടുത്തതായി ഞങ്ങൾ പോയത് ശ്രീരാമകൃഷ്ണ മിഷൻ ആസ്ഥാനമായ ബേലൂർ മഠത്തിലേക്കായിരുന്നു. ഹുഗ്ലി നദിയുടെ പശ്ചിമതീരത്തു സ്വാമി വിവേകാനന്ദൻ നിർമ്മിച്ച പുണ്യാശ്രമം. വിവിധ മതങ്ങളുടെ അന്തഃസത്ത സമന്വയിപ്പിച്ച് കൊണ്ട്, മതസൗഹാർദ്ദം വളർത്തിയെടു ക്കാൻ വേണ്ടിയുള്ള സ്വാമിയുടെ ഉദ്യമം. കെട്ടിട സമുച്ച യങ്ങൾ! പുൽതകിടികൾ! എല്ലാ മതങ്ങളുടെയും ആരാധ നാലയങ്ങളുടെ വാസ്തുവിദ്യകൾ സമന്വയിപ്പിച്ചുകൊണ്ട് ഉള്ള നിർമ്മിതികൾ. ശാന്തമായ അന്തരീക്ഷം. സ്വാമി വിവേകാനന്ദന്റെ ഹ്രസ്വമായ ജീവിതത്തിന്റെ അവസാന നാളുകൾ ചിലവഴിച്ചത് ഇവിടെ ആയിരുന്നു. ഞങ്ങൾ ആ മുറി കണ്ടു. മനുഷ്യനന്മക്ക് വേണ്ടിയുള്ള സ്വന്തം ദർശന ങ്ങൾ പ്രചരിപ്പിച്ചുകൊണ്ട് കടന്നുപോയ, ലാളിത്യം

നിറഞ്ഞ ഒരു യോഗിവര്യന്റെ മുറി. ഒരാൾ ഒരു നല്ല മനു ഷ്യനാകാൻ ദൈവവിശ്വാസിയോ, ആത്മീയ വാദിയോ ആകണമെന്നില്ലെന്നു ഉറച്ചുവിശ്വസിച്ചിരുന്ന അദ്ദേ ഹത്തിന്റെ നിരീക്ഷണങ്ങൾ പലപ്പോഴും ആത്മീയതയുടെ അതിർവരമ്പുകൾ കടന്ന് ഭൗതികതയുമായി സമരസപ്പെ ടുന്നത് നാം കണ്ടിട്ടുണ്ട്.

നാല്പതാം വയസ്സിൽ ധ്യാനത്തിലിരിക്കുമ്പോഴാ യിരുന്നു ആ മഹാത്മാവിന്റെ മഹാസമാധി. മസ്തിഷ്ക്ക ത്തിൽ രക്തശ്രാവമായിരുന്നു മരണകാരണം.

ഹോട്ടലിൽ തിരിച്ചെത്തി. പിന്നെ റസ്റ്റോറന്റിൽ പോയി ഭക്ഷണം കഴിച്ചുവന്നു കുറച്ചു നേരത്തെ വിശ്രമം.

വൈകുന്നേരം ഒരു കുപ്പി വെള്ളം വാങ്ങാനായി പുറത്തിറങ്ങിയപ്പോൾ അബ്ദുള്ളയും, സധുജനും ഹോ ട്ടൽ ബോയ്സ്സുമായി സംസാരിക്കുന്നത് കണ്ടു. എറിയാട് ചേരമാൻ ടാക്കീസ് അബ്ദുള്ളയുടെ കുടുംബം വകയാ യിരുന്നു. കെ.എസ്.ആർ.ടി.സി യിൽനിന്നും പെൻഷൻ പറ്റിയ സധൂജൻ യാത്രയിൽ എല്ലാ കാര്യത്തിലും മുൻകൈ എടുക്കുകയും സഹകരിക്കുകയും ചെയ്യുന്ന വ്യക്തിയാണ്. ഭാര്യ കുറച്ചു വർഷങ്ങളായി ചികിത്സയി ലാണ്. അടുത്തിരുന്നു പരിചരിക്കാനും, പാചകവും മറ്റെല്ലാ ജോലികൾ ചെയ്യാനും ഭർത്താവ് മാത്രം. ഭാര്യ യുടെ നിർബന്ധം മൂലമാണ് സധൂജൻ ഈ യാത്രയിൽ പങ്കെടുക്കുന്നത്. ഭർത്താവ് എല്ലാം മറന്ന് കുറച്ചു ദിവസം

സന്തോഷിക്കട്ടെയെന്ന് ആ നല്ല ഭാര്യ ആഗ്രഹിച്ചുകാ
ണും.

അബ്ദുള്ളയും സധുജനും കുടുംബം കൂടെയി
ല്ലാത്തതിനാൽ ഒരേ മുറിയിലാണ് താമസം. അതുകൊണ്ട്
ഒരുമിച്ചാണ് നടപ്പും.

ഗിരീഷും, കിരണും ഹോട്ടൽ ബോയ്സ് ആണ്.
ദിവസവേതനം 100 രൂപ

മാനേജർ ആയും, റൂംബോയ് ആയും, ചില
പ്പോൾ സ്വീപ്പർ ആയും പണിയെടുക്കണം. ഇവിടെ എത്ര
വലിയ ഹോട്ടൽ ആയാലും ഇതുതന്നെ സ്ഥിതി. കിര
ണിന്റെ അമ്മാവൻ കൊച്ചിയിലുണ്ട്. സ്ഥിരമായ
ജോലിയും നല്ല ശമ്പളവുമുണ്ട്. ആറുമാസങ്ങൾ കഴി
ഞ്ഞാൽ അമ്മാവൻ വരും. തിരിച്ചുപോകുമ്പോൾ കൂടെ
പോകണം. അമ്മാവനെ എല്ലാവർക്കും ഇഷ്ടമാണ്. കി
രണിന് ജോലികിട്ടാൻ പ്രയാസമുണ്ടാകില്ല. വൈറ്റ്കോളർ
ജോലി മാത്രമേ ചെയ്യൂ എന്നു ബംഗാളിക്കില്ലല്ലോ? കേരള
ത്തെപ്പറ്റി, മലയാളികളെപ്പറ്റി കിരണിന് നല്ല മതിപ്പാണ്.
ഇവിടെ ബംഗാളിൽ സമ്പന്നരായ ഒരു പിടി ജനങ്ങളെ
മാറ്റി നിർത്തിയാൽ ബാക്കിയുള്ള ഭൂരിപക്ഷത്തിന്റെയും
സ്ഥിതി വളരെ പരിതാപകരമാണ്. ദാരിദ്ര്യവും, യാതനക
ളുമായി ജീവിച്ചുപോകുന്നു. പഴകി ദ്രവിച്ച കെട്ടിടങ്ങൾ,
ഈർപ്പം പടരുന്ന, പൂപ്പൽ കയറിയ ഭിത്തികൾ.. വെളിച്ച

വും. കാറ്റും കടക്കാത്ത ഇടുങ്ങിയ മുറികളിൽ തിങ്ങിക്കൂടിയുള്ള ജീവിതം.

നിരത്തിൽ കാണാം, ക്ഷീണിച്ച ശരീരവും, ശോഷിച്ച കൈകാലുകളുമായി റിക്ഷ വലിക്കുന്ന മനുഷ്യ ക്കോലങ്ങൾ... ആക്രി പെറുക്കി നടക്കുന്നവർ...

ഗിരീഷിന്റെയും കിരണിന്റെയും കുടുംബങ്ങൾ ഗ്രാമങ്ങളിൽനിന്നും ചേക്കേറിയവരാണ്. രണ്ടു ബീഘ കൃഷിസ്ഥലം ഉണ്ടെങ്കിൽ ഒരു കുടുംബത്തിന് കഷ്ടിച്ച് ആറുമാസത്തെ ചിലവ് നടക്കും. അതെ സമയം കുടു ംബത്തിൽ ഒരാൾക്ക് ജോലിയുണ്ടെങ്കിൽ വർഷം മുഴു വൻ ചെലവ് നടന്നു പോരും. കൃഷി ചെയ്തു ജീവി ക്കാൻ കഴിയില്ലെന്ന തിരിച്ചറിവ് വന്നപ്പോഴാണ് പലരും ഗ്രാമങ്ങൾവിട്ട് നഗരത്തിലെ അഭയാർത്ഥികളായത്. പക്ഷെ അവിടെയും പരാജയങ്ങൾ. സ്ഥിരവരുമാനമുള്ള ജോലിക്ക് വൈദഗ്ദ്യവും, നൈപുണ്യവും ഒക്കെ വേണം. സർക്കാർ രേഖകളിൽ പേര് ചേർക്കാത്ത, തകരം മേഞ്ഞ കൂരകളും, ഷാന്റികളും നിറഞ്ഞ ചേരികളിൽ അടിഞ്ഞു കൂടിയ ജന്മങ്ങൾ! സർക്കാരിന്റെ ക്ഷേമപദ്ധതി കൾപോലും അവർക്കു പലർക്കും അപ്രാപ്യമാണ്. ഗിരീ ഷും, കിരണും, ഒരേ ചേരിയിൽ, അടുത്തടുത്ത ഷാന്റിക ളിലാണ് താമസം.

# അദ്ധ്യായം – 4

ബസ് കൊൽക്കത്ത നഗരത്തിന്റെ വിശാലമായ വീഥികളി ലൂടെ ഓടിക്കൊണ്ടിരുന്നു. റോഡരികിലെ വലുതും ചെറു തുമായ കെട്ടിടങ്ങൾ... ആര്യവേപ്പും, അരയാലും ഭിത്തിക ളിൽ ഒട്ടിച്ചുവെച്ചപോലെ വളർന്ന് പടർന്നുനിൽക്കുന്ന പഴയ കെട്ടിടങ്ങൾ.

ബ്രിട്ടീഷ് ഭരണകാലത്തിന്റെ തിരുശേഷിപ്പു കൾപോലെ ചില നിർമ്മിതികൾ... റോഡരികിലൂടെ യാത്രക്കാരെ നിറച്ചുകൊണ്ട് കടന്നുപോകുന്ന ട്രാം സർവീസ്... സയൻസ് സിറ്റിയുടെ മുന്നിൽ ബസ് നിർത്തി.

ഞങ്ങൾ ബസ്സിറങ്ങി. പ്രൈമറി സ്കൂൾ വി ദ്യാർത്ഥികളെപ്പോലെ, തികഞ്ഞ അച്ചടക്കത്തോടെ അക ത്തേക്ക് പ്രവേശിച്ചു.

ഇവിടെ സയൻസ് പാർക്ക്, ഇവോല്യൂഷൻ പാർക്ക് എന്നിങ്ങനെ പല വിഭാഗങ്ങളായി തിരിച്ചിട്ടുണ്ട്. സ്പേസ് തിയേറ്റർ ഒരുക്കിയിരിക്കുന്നത് ഹെലിയോസ് സ്റ്റാർബാൾ പ്ലാനറ്റോറിയം ആയിട്ടാണ്. നൂറ്റമ്പതോളം സ്പെഷ്യൽ എഫക്ട് പ്രോജക്ടുകളോട് കൂടിയ വിശാല

മായി രൂപകൽപ്പന ചെയ്ത ഫിലിം പ്രൊജക്ഷൻ സിസ്റ്റം. സ്പേസ് യാത്രയിലെ അതേ അനുഭവങ്ങൾ അതേ അള വിൽ ഈ സയൻസ് സിറ്റിയിൽ ഇരുന്നുകൊണ്ട്തന്നെ അനുഭവിക്കാൻ പറ്റുന്ന ഹൈഡ്രോളിക് മോഷൻ കൺട്രോൾ സിസ്റ്റം. അത്ഭുതങ്ങൾ ഏറെയുണ്ട്. എക്സ് പ്ലോറേഷൻ ഹാൾ, സ്പേസ് ഒഡിസ്സി, ടൈം മെഷീൻ....

സ്കൂൾ കുട്ടികളുടെ നീണ്ട നിരകൾ പല ഭാഗത്തും കണ്ടു. അവരുടെ സമൂഹമാണല്ലോ ഇതെല്ലാം കണ്ടു പഠിച്ചു പ്രയോജനപ്പെടുത്തേണ്ടത്? കൂടാതെ വിനോദത്തിനുവേണ്ടി മാത്രമുള്ള കാറ്റർ പില്ലർ റൈഡ്, ഗ്രാവിറ്റി കോസ്റ്റർ, കേബിൾ കാറുകൾ, ഒറ്റ റെയിലിൽ കൂടിയുള്ള സൈക്കിൾ സവാരി...

പിന്നീട് ഞങ്ങൾ പോയത് വിക്ടോറിയ മെമ്മോറി യലിലേക്കാണ്. ഇസ്മാലി മാസ്റ്ററുടെ പിറകിൽ ഒറ്റ വരി യായി നീങ്ങി. സിന്ധാ ടീച്ചർ ഏറ്റവും പിറകിൽ എല്ലാവ രേയും ശ്രദ്ധിച്ചുകൊണ്ട് കരുതലോടെ നടന്നു. ഉണ്ണികൃ ഷ്ണൻ എല്ലാവർക്കും വേണ്ട പാസ് എടുത്ത് ഗേറ്റിൽ കാത്തുനിന്നിരുന്നു.

ഞങ്ങൾ കൊടുങ്ങല്ലൂരിൽനിന്നും യാത്രപുറപ്പെടു ന്നതിനുമുമ്പ് തന്നെ ഓരോരുത്തർക്കും ഓരോ ജോലി കൾ വീതിച്ചു നല്കിയിരുന്നു. സന്ദർശന പാസ്സുകൾ ഉണ്ണികൃഷ്ണനും മോഹനൻ മാസ്റ്ററും. അതേപോലെ

ഭക്ഷണം, താമസം, ഷോപ്പിംഗ്, ഓരോ പ്രാവശ്യവും ഹാജർ നോക്കുക.... ഓരോന്നിനും രണ്ടുപേർ വീതം.

പ്രധാന കവാടം കടന്ന് ഞങ്ങൾ ചെറിയ സംഘ ങ്ങളായി നീങ്ങി.

1901 ൽ വിക്ടോറിയ രാജ്ഞി മരിച്ചപ്പോൾ കഴ്സൻ പ്രഭു എടുത്ത തീരുമാനമായിരുന്നു ഇങ്ങിനെ യൊരു സ്മാരക മന്ദിരം...പൂർണ്ണമായും വെളുത്ത വെണ്ണ ക്കല്ലിൽ താജ്മഹൽപോലെ നിർമ്മിച്ച മനോഹമായ മന്ദി രം. 1906 ൽ പണി തുടങ്ങി. പതിനഞ്ചുവർഷങ്ങൾ വേണ്ടി വന്നു പണിതീരാൻ. ഏകദേശം 240 വർഷം പഴക്കമുള്ള പഴയ മ്യൂസിയം കെട്ടിടത്തിന്റെ മുൻഭാഗം പൊളിച്ചുമാറ്റി പുതിയ ഭാഗം അതിവിദഗ്ധമായി ചേർത്തുപണിയുക അത്ര എളുപ്പമുള്ള കാര്യമായിരുന്നില്ല.

ഇപ്പോൾ അത് മ്യൂസിയം കോംപ്ലക്സ് ആണ്. റോയൽഗാലറി, ദേശീയ നേതാക്കളുടെ ഗാലറി, ഛായ ചിത്രങ്ങളുടെ ഗാലറി, ആയുധങ്ങളുടെയും, കവചങ്ങളു ടെയും ഗാലറി....

ഷേക്സ്പിയർ നാടകങ്ങൾ, അറേബ്യൻ രാത്രി കൾ, ഒമർ ഖയ്യാമിന്റെ റുബായിയത്.. വളരെ അപൂർവ മായ ശേഖരങ്ങൾ.... മ്യൂസിയത്തിന് പുറത്തുവന്നു. അറു പത്തിനാലു ഏക്കറിൽ പരന്നു കിടക്കുന്ന പ്രകൃതിഭംഗി മരങ്ങൾ, തടാകങ്ങൾ. പൂച്ചെടികൾ...

പുൽത്തകിടിയിലിരുന്ന് ഞങ്ങൾ ആ ശാന്തമായ സായാഹ്നത്തിന്റെ ഭാഗമായി. പലഹാരങ്ങൾ പങ്കുവെച്ചു കഴിച്ചു. സിദ്ധാർത്ഥനും ഐഷാബിയും പഴുത്ത പേരക്ക മുറിച്ചു എല്ലാവർക്കും വിളമ്പി.

പോരുമ്പോൾ തിരിഞ്ഞുനിന്ന് ആ വെളുത്ത മാർബിൾ കൊട്ടാരം ഒരിക്കൽകൂടി നോക്കി. കൊളോണി യൻ പൊങ്ങച്ചത്തിന്റെ ഓർമ്മയായി ആ സ്മാരക മന്ദിരം അന്തിവെയിലിൽ തിളങ്ങിനിന്നു. സ്വാതന്ത്ര്യഭാരതത്തിൽ ഇങ്ങിനെയൊരു സ്മാരകം വേണമായിരുന്നോ? ഇരുന്നൂറ് വർഷങ്ങളോളം ഭാഗികമായും തൊണ്ണൂറ് വർഷങ്ങളോളം പൂർണ്ണമായും ഒരു ജനതയെ അടിച്ചമർത്തി ഭരിച്ചു. അക്ഷ രാർത്ഥത്തിൽ കൊള്ളയടിച്ചു. അടിച്ചമർത്തപ്പെട്ടു കഴി ഞ്ഞിരുന്ന ഒരു ജനതയിൽ നിന്നും പിരിച്ചെടുത്ത സംഭാ വനകൾ സമാഹരിച്ചു നിർമ്മിച്ച മന്ദിരം, അതും ഒരു വിദേശ രാജ്ഞിയുടെ സ്മാരകമായി.

ജന്മനാടിന്റെ സ്വാതന്ത്ര്യത്തിനായി പൊരുതി മരിച്ച എത്രയോ ദേശാഭിമാനികളുടെ നാടാണിത്. ഓർത്തു പോകുകയാണ്, വയനാടൻ കുന്നുകൾ കാവൽ നിൽക്കുന്ന കബനി നദീതീരത്തെ ഒരു സ്മാരക ശില..... കേരളവർമ്മ പഴശ്ശി രാജ...

ബ്രിട്ടീഷുകാർ ഇംഗ്ലീഷ് വിദ്യാഭ്യാസം തന്നു ഹൗറ പാലം തുടങ്ങി നിരവധി പാലങ്ങൾ, റോഡുകൾ. പക്ഷെ ഇതൊക്കെ അവർക്കു വേണമായിരു

ന്നു. മാത്രമല്ല ഇനിയും ഒരുപാട് നൂറ്റാണ്ടുകൾ നമ്മെ അടക്കി ഭരിച്ചു, കൊള്ളയടിച്ചു കഴിഞ്ഞുകൂടാമെന്ന് കരു തിയിട്ടുണ്ടാകും. അടുത്ത് വരാൻപോകുന്ന ഒരു ദിവസം എല്ലാം കയ്യൊഴിഞ്ഞ് പോകേണ്ടിവരുമെന്ന് അവരൊട്ടും പ്രതീക്ഷിച്ചു കാണില്ല. പ്രതീക്ഷിച്ചിരുന്നെങ്കിൽ നാടിന്റെ വികസനത്തിന് വേണ്ടി അവരൊന്നും തന്നെ ചെയ്യുമായി രുന്നില്ല. ബ്രിട്ടീഷ് ഭരണകാലത്തു ചാലക്കുടിയിൽനിന്ന് ആനമലയിലേക്ക് ഒരു ട്രാം-വേ ഉണ്ടായിരുന്നു. വന ത്തിൽനിന്നും തേക്ക് മുറിച്ചുകൊണ്ടുവന്നു കൊച്ചി തുറ മുഖം വഴി ഇംഗ്ലണ്ടിലേക്ക് കലാകാലങ്ങളിൽ കടത്തി കൊണ്ട് പോകുകയായിരുന്നു.

ഭരണം കൈവിടേണ്ടിവന്നപ്പോൾ രക്തപങ്കിലമായ വർഗീയ ലഹളകൾക്ക് വഴിമരുന്നിട്ടുകൊണ്ട് ക്രൂരതകാ ണിക്കാനും മറന്നില്ല. ആ വർഗ്ഗീയ ലഹളകൾ നാടിന്റെ പല ഭാഗത്തും ഇന്നും തുടരുന്നു. അന്തിവെളച്ചം പൂർണ്ണ മായി മായുകയും രാത്രി കടന്നുവരികയും ചെയ്തപ്പോൾ ഞങ്ങൾ ഹോട്ടലിൽ തിരിച്ചെത്തി. വൈദ്യുത വിളക്കു കളുടെ പ്രകാശം നഗരത്തെ മനോഹരമാക്കി.

ചായ കഴിഞ്ഞു വനിതകൾ പലരും ശാരദ ടീച്ച റുടെ മുറിയിൽ കൂടി. ചലർ ഷോപ്പിംഗിന് പോയി. പി.കെ. കശിയും ഭാര്യ വിജയലക്ഷ്മിയും ഹരിദാസും ഞങ്ങ ളുടെ 32-ാം നമ്പർ മുറിയിലേക്ക് വന്നു. ആ ദിവസത്തെ

തിരക്കിട്ട പരിപാടികൾ ആരുടേയും ഉത്സാഹത്തെ ബാധി ച്ചിരുന്നില്ല.

കൽക്കത്തയെപ്പറ്റി പറയുമ്പോഴൊക്കെ അതു ഇങ്ങിനെയൊരിടമാണെന്ന് കരുതിയിരുന്നില്ല. അത് പറ ഞ്ഞുകൊണ്ടാണ് ശശി മുറിയിലേക്ക് കാൽവെച്ചത്. പിന്നെ പ്ലാസ്റ്റിക് ചെയറിൽ ഇരുന്നുകൊണ്ട് സംസാരം തുടരുകയായിരുന്നു. ടാഗോർ തുടങ്ങിയ സാഹിത്യകാര ന്മാരുടെ നാട് ജ്യോതിബസുവിന്റേയും, മമതാബാനർജി യുടേയും നാട്. ഞങ്ങളുടെ ചെറുപ്പകാലത്തു പത്താം ക്ലാസ് കഴിഞ്ഞാൽ ടൈപ്പ്റൈറ്റിംഗിനും, ഷോർട്ട്ഹാൻഡിനും ചേരും. പരീക്ഷ പാസ്സായി കഴി ഞ്ഞാൽ പിന്നെസമയം കളയാതെ ട്രെയിൻ കയറുകയാ യി. ബോംബെ, കൽക്കത്ത അല്ലെങ്കിൽ ഡൽഹി. ജോലി തേടിയുള്ള യാത്ര. നാട്വിട്ട പലരും നഗരങ്ങളിൽതന്നെ വേരുറപ്പിച്ചു. നഗരങ്ങൾ അവരുടേതായി. പ്രവാസിക ളുടെ നഗരങ്ങൾ!

കോളേജ് വിദ്യാഭ്യാസത്തിന് എറണാകുളത്തോ തൃശൂരോ പോകണം. രാവിലെ മൂന്ന് മണിക്ക് പുസ്തക ങ്ങളുമായി കോട്ടപ്പുറം ബോട്ട്ജെട്ടിയിലേക്ക് നടക്കുന്ന തും, ബോട്ടിലെ ഉറക്കവും, ഹോംവർക്കും കഴിഞ്ഞ് എറ ണാകുളം മഹാരാജാസ് കോളേജിൽ പോയിരുന്ന നാളു കളെക്കുറിച്ച് പല അദ്ധ്യാപകരും പറയുന്നത് കേട്ടിട്ടുണ്ട്. അറുപതുകളിൽ എല്ലായിടത്തും കോളേജുകൾ വന്നു.

പിന്നീട് ക്രമേണ ടൈപ്പ് റൈറ്റിംഗ് ഇൻസ്റ്റിട്യൂട്ടുകൾ അടച്ചുപൂട്ടൽ തുടങ്ങി.

ശശി പിന്നീട് തന്റെ പ്രദേശത്തിന്റെ യാതനക ളുടെ കഥ പറയാൻ തുടങ്ങി. നാട്ടിൽമുഴുവൻ പട്ടിണി നിറഞ്ഞുനിന്ന ഒരുകാലമുണ്ടായിരുന്നു. കൃഷിയും, കൊയ്ത്തുമൊന്നും ഇല്ലാത്തവർ വിശന്നു വലയുന്ന കാലം.

അഴുകിയ മടലിന്റെ ഗന്ധം പരത്തുന്ന തോടു കൾ. തൊണ്ടു തല്ലുന്നതിന്റെ ശബ്ദം. റാട്ട് പുരകളിൽ കയർ പിരിക്കുന്നവരുടെ സംസാരം. ഉപ്പുവെള്ളം കായലി ലും, തോടുകളിലും മാത്രമല്ല ആ പ്രദേശത്തിന്റെ വാട്ടർ ടേബിൾ നിറയെ ഉപ്പു കലർന്നതായിരിക്കും. എവിടെ കുഴിച്ചാലും ഉപ്പ്. കുടിവെള്ളത്തിനായി സ്ത്രീകളുടെ ദൂര ങ്ങൾ താണ്ടിയുള്ള നടപ്പ്.

"ആ പ്രദേശത്തേക്ക് പെൺകുട്ടികളെ വിവാഹം ചെയ്ത് അയക്കാൻ പോലും അച്ഛനമ്മമാർ മടികാണിച്ചി രുന്നു. എന്നിരുന്നാലും മടൽക്കുഴികളിൽനിന്നും പൊങ്ങി വന്നിരുന്ന നീർപോളകൾ പൊട്ടിപടർന്നിരുന്ന ആ ഗന്ധ മുണ്ടല്ലോ? അതു ഞങ്ങളുടെ ജീവവായുവിന്റേതായിരു ന്നു.. ആ അഴുകിയ തൊണ്ടും ചകിരിയും, കയറുമൊക്കെ യാണ് ഞങ്ങളുടെ പ്രാണൻ നിലനിർത്തിയിരുന്നത്. അവ യെല്ലാം ഞങ്ങളുടെ പട്ടിണിയോടൊപ്പം ഞങ്ങളെല്ലാം

ചേർത്തു പിടിച്ച നന്മയുടെ പ്രതീകങ്ങൾ കൂടിയായി മാറി.''.

പ്രളയ സാധ്യതയുള്ള പ്രദേശം. കാലവർഷത്തെ എതിരേൽക്കുന്നത് പേടിയോടെയാണ്. ഓരോ വർഷവും മുടങ്ങാതെ വരുന്ന മലവെള്ളം. അർദ്ധരാത്രിയിൽ കുടുംബം മുഴുവൻ തളർന്നുറങ്ങുമ്പോഴായിരിക്കും മഴ വെള്ളം വീടിനകത്തേക്ക് ഇരച്ചുകയറുന്നത്. അല്ലെങ്കിൽ പകൽ കുട്ടികൾ സ്കൂളിലും മുതിർന്നവർ പണിസ്ഥ ലത്തും കഴിയുന്ന സമയങ്ങളിൽ.അടുത്ത വിദ്യാലയങ്ങ ളിലൊ സർക്കാർ സ്ഥാപനങ്ങളിലൊ ദിവസങ്ങളോളം അല്ലെങ്കിൽ ആഴ്ചകളോളം നീണ്ടുനിൽക്കുന്ന അഭ യാർത്ഥി ജീവിതം.

ശശി പറഞ്ഞു നിർത്തിയപ്പോൾ ഞാൻ ഓർത്തു. കൂട്ടുകാരോടൊത്തു മലവെള്ളം കാണാൻ പോയിരുന്ന ഞങ്ങളുടെ കുട്ടിക്കാലം. ഞങ്ങളുടെ പ്രായക്കാർ വെള്ള ത്തിൽ നീന്തിത്തുടിക്കുന്നതും. ചെറുവഞ്ചികൾ തുഴഞ്ഞു കളിക്കുന്നതും കൊതിയോടെ നോക്കി നിന്നിട്ടുണ്ട്. പക്ഷെ ആ കുട്ടികളുടെ ദുരിതങ്ങളും നെടുവീർപ്പുകളും അന്ന് ഞങ്ങൾ അറിഞ്ഞിരുന്നില്ല.

''ഇന്നത്തെ കുട്ടികൾക്ക് നമ്മൾ അനുഭവിച്ച യാത നകളുടെ കഥകൾ വിശ്വസിക്കാനാകില്ല.'' ശശി പറഞ്ഞു നിർത്തി.

പിന്നീട് കൊടുങ്ങല്ലൂരിൽ എന്തെല്ലാം മാറ്റങ്ങൾ വന്നു. ഫ്യൂഡലിസം വഴി മാറി. തോടുകളും, കുളങ്ങളും, വിശാലമായ നെൽപ്പാടങ്ങളും നികത്തി. ആധുനിക ഭവന ങ്ങൾ വന്നപ്പോൾ ഓല കുടിലുകൾ ഓർമ്മകളായി. ജീവി തത്തിന്റെ താണ തലങ്ങളിൽ അവശതയനുഭവിച്ചു കഴി ഞ്ഞിരുന്ന ഒരു ജനവിഭാഗം ഉയർത്തെഴുന്നേൽക്കുന്നതും നാട് കണ്ടു. ഗൾഫ് രാജ്യങ്ങളിൽ ജോലി തേടി പോയവ രുടെ വരുമാനം കൂടി വന്നു തുടങ്ങിയപ്പോൾ സമൂഹം ഏറെക്കുറെ സമ്പന്നമായി.

ശശി സ്കൂളിൽ എന്റെ ജൂനിയർ ക്ലാസ്സിൽ പഠിച്ചി രുന്നു. ആ കാലം മുതൽ പരിചയമുണ്ടെങ്കിലും അടുത്ത് അറിയാൻ തുടങ്ങിയത് സർവീസിൽ കയറിയ തിനു ശേഷമാണ്. ജീവനക്കാരുടെ വേദികളിലും, സാമൂഹ്യ സാംസ്കാരിക രംഗത്തും, സാഹിത്യസദസ്സുക ളിലുമൊക്കെ കൂടുതൽ അടുത്ത് അറിയാൻ അവസരം കിട്ടി. ഒരു നല്ല പ്രാസംഗികൻ, മനസ്സുതുറന്ന സംസാരം കുറിക്ക്കൊള്ളുന്ന ഭാഷ... ശശിക്ക് പ്രത്യേകതകൾ ഏറെ യുണ്ട്.

പരുക്കൻ യാഥാർത്ഥ്യങ്ങളുമായി പൊരുത്തപ്പെട്ടു പോകാനുള്ള കഴിവ്, പരിസരത്തെ തൊഴിലാളി വിഭാഗ ങ്ങളുമായി യോജിച്ചുള്ള പ്രവർത്തനം, ചുറ്റുമുള്ളവരുടെ നൊമ്പരങ്ങൾ തന്റേത് എന്നു കരുതിയുള്ള ജീവിതം

അങ്ങിനെ കുറെ ഘടകങ്ങൾ അദ്ദേഹത്തിന്റെ സ്വഭാവ ത്തെയും കാഴ്ചപ്പാടുകളെയും രൂപപ്പെടുത്താൻ സഹാ യിച്ചിട്ടുണ്ട്.

# അദ്ധ്യായം – 5

ഉറങ്ങാൻ കിടക്കുന്നതിനുമുമ്പ് ഇസ്മാലി മാസ്റ്റർ പറഞ്ഞു. അടുത്ത ഒരു പകൽക്കൊണ്ട് കൊൽത്തക്ക ത്തായിലെ കാഴ്ചകൾ കണ്ടുതീർക്കണം. എല്ലാ സ്ഥല ങ്ങളും കാണാനാവില്ല. ഏറ്റവും പ്രധാനമായ രണ്ടോ മൂന്നോ സ്ഥലങ്ങൾ.

പിറ്റേന്ന് ഞങ്ങൾ ആദ്യം പോയത് ആലിപൂരിലേ ക്കാണ്, സുവോളജിക്കൽ ഗാർഡൻ കാണാൻ. നഗര മ ധ്യത്തിൽ വിശാലമായ മൃഗശാല. വിവിധ രാജ്യ ങ്ങളിൽനിന്ന് കൊണ്ടുവന്ന ആയിരത്തി ഇരുന്നൂറോളം പക്ഷി മൃഗാദികൾ. വലുതും ചെറുതും.

ഒരുപാട് സന്ദർശകർ വന്നുകൊണ്ടിരിക്കുന്നു.

പച്ചപുൽത്തകിടികളും, മരങ്ങളും, മേഞ്ഞു നട ക്കുന്ന മൃഗങ്ങളും ഇവിടെ പ്രകൃതിയുടെ ഭാഗമായി അലി ഞ്ഞു ചേർന്നിരിക്കുന്നു. പുലികളെയും, സിംഹങ്ങളെയും തൊട്ടടുത്തു കാണാം. ഇടക്ക് ഉറപ്പിച്ചിട്ടുള്ള ഗ്ലാസ് പാനൽ സന്ദർശകർക്ക് വേണ്ട സുരക്ഷ നൽകുന്നുണ്ട്.

മഞ്ഞുകാലം മനോഹരമാണ്. കൂട്ടം കൂട്ടമായി പറന്നെത്തുന്ന ദേശാടനക്കിളികളുടെ കാലം. അകലെയു

ള്ള ഭൂഖണ്ഡങ്ങളിൽനിന്നും വർഷത്തിലൊരിക്കൽ വിരു
ന്നു വരുന്നവർ. തടാകങ്ങളിൽ ഇര തേടുന്നതും, മരച്ചില്ല
കളിൽ പറന്നിറങ്ങി വിശ്രമിക്കുന്നതും കാണാൻ സഞ്ചാ
രികൾ ധാരാളമായി വരും.

മ്യൂസിയത്തിൽ അപകടങ്ങൾ പലപ്പോഴും പതി
വാണ്. ഒരിക്കൽ ഒരു ആന അതിന്റെ പാപ്പാനെ ചവിട്ടി
ക്കൊന്നിട്ടുണ്ട്. ഗ്ലാസ് പാനലുകൾ സ്ഥാപിക്കുന്നതിനു
മുൻപ് രണ്ടുപേരെ സിംഹം കടന്നാക്രമിക്കുകയുണ്ടായി.
ഒരാൾ മരണപ്പെട്ടു, മറ്റേ ആൾക്ക് സാരമായ പരിക്ക് പറ്റി.
രണ്ടുപേരും സിംഹത്തിനെ കളിപ്പിക്കാൻ ശ്രമിച്ചതായി
രുന്നു കാരണം.

അടുത്തതായി ഞങ്ങൾ പോയത് ഇന്ത്യൻ
ബൊട്ടാനിക്കൽ ഗാർഡനിലേക്കായിരുന്നു. പ്രമുഖ നാച്ചു
റൽ സയന്റിസ്റ്റ് ആയിരുന്ന ജഗദീഷ് ചന്ദ്രബോസിന്റെ
നാമത്തിലാണ് ഇപ്പോൾ ഈ ഉദ്യാനം അറിയപ്പെടുന്നത്.
ലോകത്തിലെ പല ഭാഗങ്ങളിൽനിന്നും കൊണ്ടുവന്നി
രുന്ന വിലപ്പിടിപ്പുള്ള വൃക്ഷത്തൈകൾ ഇവിടുത്തെ പരി
സ്ഥിതിയുമായി ആക്ലിമടൈസ് ചെയ്യാൻ വേണ്ടിയാണ്
ബ്രിട്ടീഷ് ഈസ്റ്റ് ഇന്ത്യ കമ്പനി ഇങ്ങനെ ഒരു ഗാർഡൻ
വികസിപ്പിച്ചെടുത്തത്. തേക്ക്, വീട്ടി, ചായ തുടങ്ങി വില
പ്പിടിപ്പുള്ള ഒരുപാട് വൃക്ഷങ്ങളുടെ തൈകൾ അവ
യിൽപെടും.

മനോഹരമായ ഈ ഉദ്യാനം കൂടുതൽ ഉള്ളി ലേക്ക് നടന്നു കയറുമ്പോൾ ഒരു വനപ്രദേശമായി മാറു ന്നത് കാണാം. ഇരുന്നൂറ്റി എഴുപത് ഏക്കർ വിസ്തൃതി യുള്ള വനം. നടപ്പാതയുടെ വശങ്ങളിലും വൃക്ഷങ്ങ ളിലും പടർന്നു പന്തലിച്ച വള്ളിപടർപ്പുകൾ തടാക ത്തിലെ നിശ്ചലമായ ജലപ്പരപ്പിൽ വൃക്ഷങ്ങളുടെ പ്രതിരൂ പങ്ങൾ...

ഇവിടത്തെ പ്രധാന ആകർഷണം ഒരു വമ്പൻ ആൽമരമാണ്.

ഇരുനൂറ്റി അമ്പത് വർഷങ്ങളിൽ കൂടുതൽ പ്രായ മുള്ള പേരാൽ നാല് ഏക്കർ സ്ഥലത്തു നാലായിരത്തില ധികം ഊന്നു വേരുകൾ ഭൂമിയിൽ അള്ളിപ്പിടിച്ചുകൊണ്ട് മറ്റൊരു വനമായി മാറിയിരിക്കുന്നു. ആയിരം അടി ചുറ്റള വുള്ള, ആ പേരാൽ വനത്തിന്റെ സംരക്ഷണ മതിലിന രികിലൂടെ നടന്നു കണ്ടു. ഇനിയും ഒരുപാട് വർഷങ്ങൾ തലമുറകളിലൂടെ കടന്നുവരുന്ന സഞ്ചാരികൾക്ക് അത്ഭു തമായി ഈ മുത്തശ്ശിമരം ഇവിടെത്തന്നെയുണ്ടാകും.....

ഞങ്ങൾ തിരിച്ചു നടന്നു. ഗേറ്റിൽ എത്തി ഓരോ ചായകുടിച്ചു. ഉദ്യാനത്തിന്റെ മുൻഭാഗത്തെ ഗതാഗതനിയ ന്ത്രണം കാരണം ഞങ്ങളുടെ ബസ് പാർക്കിംഗ് സ്ഥല ത്തുനിന്ന് എത്താൻ കുറെ സമയമെടുത്തു.

പിന്നീട് നേരെ ശ്യാമപ്രസദ് മുഖർജീ റോഡി ലേക്ക് നീങ്ങി. എല്ലാരും കാളിഘട്ട് ബസ്‌സ്റ്റോപ്പിൽ ഇറ

ങ്ങി കാളിക്ഷേത്രം റോഡിലൂടെ ബസ് പോകില്ല. നടന്നു. ബിമൽമിത്രയുടെ നോവലുകളെപ്പറ്റി പറയുമ്പോൾ വാചാലനാകാറുള്ള മേത്തല സിദ്ധാർത്ഥൻ ചേട്ടൻ മുമ്പിലായി നടക്കുന്നുണ്ട്. പരിചയമുണ്ടോ ഈ വഴികൾ? ഞാൻ വെറുതെ ചോദിച്ചു.

ഈ വഴികളും, ക്ഷേത്രവും, പരിസരവുമെല്ലാം എത്രയോ പ്രാവശ്യം വായിച്ചു മനസ്സിൽ പതിഞ്ഞതാണ്. ഇന്നിപ്പോൾ നേരിൽ കാണുമ്പോൾ പണ്ടെന്നോ കണ്ടു മറന്ന സ്ഥലംപോലെ. സിദ്ധാർത്ഥൻ ചേട്ടൻ വായിക്കാത്ത നോവലുകൾ കുറവായിരിക്കും. പ്രത്യേകിച്ചും ബംഗാളി നോവലുകൾ. എം.ടിയും ഉറൂബും തകഴിയുമെല്ലാം പ്രിയപ്പെട്ട എഴുത്തുകാർ തന്നെ.

വലിയ കൊമ്പൻമീശയും, പരുക്കൻ ഭാവവും കാണുമ്പോൾ വല്ലാത്ത ഗൗരവക്കാരനാണെന്ന് തോന്നും. അടുത്ത് അറിയുമ്പോഴല്ലേ മനസ്സിലാകുന്നത്. ആളൊരു പാവമാണ്. മറ്റുള്ളവരുടെ ആവശ്യങ്ങൾ കണ്ടറിഞ്ഞു സഹായിക്കാൻ എപ്പോഴും റെഡി. അതുകൊണ്ട്തന്നെ ഞങ്ങളുടെ സംഘത്തിൽ എല്ലാവർക്കും സിദ്ധാർത്ഥൻ ചേട്ടനെ വലിയ ഇഷ്ടമാണ്. ഇപ്പോൾ ബിമൽമിത്രയുടെ കഥാപാത്രങ്ങളായിരിക്കും ആ മനസ്സുനിറയെ.

ടാഗോർ മുതൽ ബിമൽമിത്രവരെയുള്ള ബംഗസാഹിത്യത്തിലെ നക്ഷത്ര പ്രതിഭകളെ ആരാധനയോടെ ഓർക്കുന്നവരാണല്ലോ മലയാളികൾ. മുപ്പത്തിയെട്ടാ

മത്തെ വയസ്സിൽ റെയിൽവേയിലെ ജോലി രാജിവെച്ചി ട്ടാണ് മിത്ര ഒരു മുഴുവൻ സമയ എഴുത്തുകാരനായത്. നൂറോളം നോവലുകളും കഥകളും. അദ്ദേഹം വരച്ചുകാ ട്ടിയത് ആർഭാടം നിറഞ്ഞ ഫ്യൂഡൽ ജീവിതവും, അതിന്റെ അനിവാര്യമായ തകർച്ചയും, അതോടൊപ്പം കുറെ സാധാരണ മനുഷ്യരുടെ ജീവിത പ്രശ്നങ്ങളുമാ ണ്. എം.ടി.യുടെ കഥകളിലും നോവലുകളിലും ഇതേ ത കർച്ചയും അതിന്റെ അനുരണനങ്ങളും നമ്മൾ കാണു കയും കേൾക്കുകയുമുണ്ടായി.

“സാഹിബ് ബിബി ഔർ ഗോലാം”

തുടങ്ങി നിരവധി സിനിമകളുടെ കഥകൾ മിത്ര യുടേതായിട്ടുണ്ട്. മലയാളിക്ക് ബംഗാളികളുമായി ഒരു പാട് സമാനതകളുണ്ട്. സാഹിത്യ ആസ്വാദനത്തിൽ മാത്രമല്ല, രുചിഭേദങ്ങളിൽപോലും കാണാം. ബം ഗാളിയും മലയാളിയും ഒരുപോലെ ഇഷ്ടപ്പെടുന്ന ഭക്ഷ ണമാണല്ലോ പുഴുക്കലെരിച്ചോറും മീൻ കറിയും.

നഗരത്തിന്റെ മറ്റിടങ്ങളിൽ നിന്നും വ്യത്യസ്ത മായി പുരാതന വാസ്തുശാസ്ത്രപ്രകാരം നിർമ്മിച്ച പഴയ ഭവനങ്ങൾ തെരുവിന്റെ രണ്ടുഭാഗത്തും നിരവധി കടകൾ. നാളികേരം, പഴങ്ങൾ, പൂജ സാമഗ്രികൾ, പെയിന്റിംഗു കൾ, ദേവീദേവന്മാരുടെ ചിത്രങ്ങൾ എല്ലാം ഈ കടകളി ലുണ്ട്. ഒരു ചന്തയിലെ തിക്കും തിരക്കും. ഇവിടുത്തെ പൂജാരിമാരായ പാണ്ഡകൾക്ക് അല്പംപോലും ഭക്തിയു

ള്ളതായി തോന്നിയില്ല. സന്ദർശകരേയും ഭക്തരേയും പര
മാവധി ചൂഷണം ചെയ്യുക അത്രതന്നെ.

ക്ഷേത്രത്തിന്റെ പ്രദക്ഷിണവഴിയിൽ ചോരത്തു
ള്ളികൾ വീണുകിടന്നിരുന്നു. ഇവിടെ ഇപ്പോഴും മൃഗബ
ലി നടക്കുന്നുണ്ടെന്നറിഞ്ഞപ്പോൾ നടുക്കം തോന്നി.

ബലികൊടുത്ത ആടിന്റെ മാംസം വലിയ കഷ്ണ
ങ്ങൾ ആക്കി ബലിവഴിപാട് നടത്തിയ ഭക്തനുതിരിച്ചു
കൊടുക്കുന്നത് കണ്ടു. വേഗം ക്ഷേത്രത്തിന് പുറത്തിറ
ങ്ങി.

കാളിഘട്ടിലേക്കുള്ള യാത്രയിൽ ക്ഷേത്രദർശനം
മത്രമായിരുന്നില്ല ഞങ്ങളുടെ ലക്ഷ്യം. രാഷ്ട്രീയത്തിൽ
തീ ജ്വാലയായി മാറിയ മുഖ്യമന്ത്രി മമതാബാനർജിയുടെ
വാസസ്ഥലം ഇവിടെ തൊട്ടടുത്തു ഹരീഷ് ചാറ്റർജി
സ്ട്രീറ്റിൽ ആണ്. സമൂഹത്തിൽ ഏറ്റവും അടിത്തട്ടിൽ
തകരപാളികൾ പാകിയ കൂരയിൽ ജനനം, ബ്രാഹ്മണകു
ടുംബത്തിൽ. ചികിത്സിക്കാൻ കഴിവില്ലാത്തതിനാൽ
വൈദ്യസഹായം കിട്ടാതെ മരണപ്പെട്ട അച്ഛൻ. ആ
അച്ഛന്റെ മകൾ നിശ്ചയിച്ചുറച്ചപോലെ പ്രതിബന്ധങ്ങളെ
മറികടന്നു പഠിച്ചു മുന്നേറി. എല്ലാ പരീക്ഷകളിലും
ഏറ്റവും ഉയർന്ന മാർക്ക് വാങ്ങിക്കൊണ്ട് ഇസ്ലാമിക്
ഹിസ്റ്ററിയിൽ മാസ്റ്റേഴ്സ് ഡിഗ്രി. തുടർന്ന് നിയമ ബിരുദം.
ജീവിതത്തിലെ പരുക്കൻ അനുഭവങ്ങൾ അവരെ ധിക്കാ

രിയാക്കിയിട്ടുണ്ടാകും. ഒരിക്കലും പിടിവാശി കൈവിടാ ത്ത ധിക്കാരി.

ഷാന്റിയിലെ ലളിത ജീവിതം. വർണ്ണപ്പകിട്ടില്ലാത്ത ബംഗാളി കോട്ടൺ സാരിയോടുള്ള ആഭിമുഖ്യം. ഒരുക്ക ങ്ങൾ ഇല്ല. ആഭരണങ്ങൾ ഇല്ല. എന്നും തനിയെ പടവെട്ടി മുന്നേറാനായിരുന്നു താല്പര്യം. ഭൂതകാലം സമ്മാനിച്ച എല്ലാ വേദനകളോടുമുള്ള പകവീട്ടലാണോ അതോ തന്നോട് തന്നെ സ്വയം തോന്നുന്ന പ്രതിഷേധമോ?

ഇന്ത്യൻ ചലച്ചിത്രലോകത്തെ പെരുന്തച്ചന്മാരായി രുന്ന ഋതിക്ഘട്ടക് മുതൽ ഋതുപർണ ഘോഷ് വരെയു ള്ളവരുടെ കാലഘട്ടം ചരിത്രം അടയളപ്പെടുത്തിക്കഴി ഞ്ഞതാണ്.. ഒരുപാട് അന്തർദേശീയ പുരസ്ക്കാരങ്ങൾ നേടിയ ഋതുപർണ്ണഘോഷ് ജീവിച്ചിരുന്ന വീട് ഈ തെരു വിലാണ്.സംവിധാകയൻ. തിരക്കഥാകാരൻ, ഗാനരചയി താവ്, മാത്രമല്ല ഭാവാഭിനയംകൊണ്ട് കാണികളെ വിസ്മ യിപ്പിച്ച മഹാനായ നടൻ, അതായിരുന്നു ഘോഷ്.

കൗഷിക് ഗാംഗുലിയുടെ ചിത്രത്തിൽ ഒരു ട്രാൻസ്ജൻഡറിന്റെ വേഷം. പൂർണ്ണമാക്കാൻ സർജറി വരെ നടത്തി. കൂടാതെ ഹോർമോൺ ചികിത്സയും. ഇതേ സമയത്തുതന്നെയായിരുന്നു ഘോഷിന് ലിംഗമാറ്റം സംഭ വിക്കുന്നതും. തന്റെ പരിവർത്തനം പൂർണ്ണമായപ്പോൾ ഉ ടുപ്പിലും നടപ്പിലും എല്ലാം പൂർണ്ണമായും ഒരു സ്ത്രീ യായി മാറി.

പ്രശസ്തിയുടെ കൊടുമുടിയിൽ നിൽക്കുന്ന സമ
യത്തായിരുന്നു പ്രതീക്ഷിക്കാതെവന്ന അന്ത്യം.
നാൽപത്തി ഒൻപതാം വയസ്സിൽ. തിരക്കിട്ട ചിത്രീകരണ
വേളയിലാണ് വളരെ പെട്ടെന്ന് അരങ്ങ് ഒഴിയേണ്ടിവന്നത്.
ഇനിയും ഒരുപാട് നേട്ടങ്ങൾ കൊയ്തെടുക്കുമായിരുന്നു
ആ മഹാപ്രതിഭ.

2011 ൽ ജൂണിൽ മാതൃഭൂമി വാരിക ഒരു അനു
സ്മരണപ്പതിപ്പ് ഇറക്കിയത് ഓർമ്മ വരുന്നു. ഘോഷിന്റെ
മുഖചിത്രത്തോടെ

ഇവിടെനിന്നും ഒരുകിലോ മീറ്റർ അപ്പുറത്താണ്
ബിമൽമിത്ര ജീവിച്ചിരുന്ന ചേട്ടള.

# അദ്ധ്യായം – 6

അടുത്ത യാത്ര ട്രെയിനിൽ. രാവിലെ അഞ്ച് മണിയോടെ ഹോട്ടലിൽനിന്നും ഞങ്ങളെയും കൊണ്ട് ബസ്സ് സിയാൽഡസ്റ്റേഷന്റെ മുമ്പിലെത്തി. അവിടെ ആ സമയത്തും നല്ല തിരക്കായിരുന്നു. പ്ലാറ്റ്ഫോമിൽ ഒരിടത്തു ലഗ്ഗേജ് കൂട്ടിവെച്ച് പ്രായം കൂടുതൽ ഉള്ളവർ അതിനടുത്തായി പല സ്ഥലങ്ങളിലായിഇരുന്നു. മറ്റുള്ളവർ പല സംഘങ്ങളായി തിരിഞ്ഞ് യാത്രയിൽ ആവശ്യമുള്ള കുപ്പി വെള്ളം, പ്രഭാത ഭക്ഷണം, ഇടയ്ക്കു കഴിക്കാൻ സ്നാക്സ് എന്നിവ വാങ്ങാനും, ഉച്ചഭക്ഷണം ഏൽപ്പിക്കാനും പോയി തിരിച്ചെത്തി.

വണ്ടിയിൽ കയറുന്നതിനുമുമ്പ് തന്നെ എല്ലാവരുടെയും ഹാജർ എടുത്തു. എട്ടാം നമ്പർ പ്ലേറ്റ്ഫോമിൽനിന്നും കൃത്യം 6.30 ന് തന്നെ കാഞ്ചൻജംഗ എക്സ്പ്രസ്സ് പുറപ്പെട്ടു. ഞങ്ങളുടെ സംഘം അടുത്തടുത്ത രണ്ടു ബോഗികളിലാണ് കയറിയത്. റിസർവേഷൻ ലഭിച്ചത് അങ്ങിനെയായിരുന്നു. വേണുഗോപാൽ, സാവിത്രിടീച്ചർ, ശശി, വിജയ, രംഗൻ, പ്രീതി ടീച്ചർ, ലളിത അങ്ങിനെ ഞങ്ങൾ കുറെ പേർ ഒരു കമ്പാർട്ട്മെന്റിൽ.

ഇസ്മാലി മാസ്റ്റർ, അബ്ദുള്ള, ഹരിദാസ് തുടങ്ങിയവർ അടുത്ത ബോഗിയിൽ.

ദക്ഷിനേശ്വർ സ്റ്റേഷൻ കഴിഞ്ഞപ്പോൾ ട്രെയിൻ വേഗം കൈവരിച്ചു. കാമർകുണ്ട്, പോരാബസാർ സ്റ്റേഷ നുകൾ പിന്നിട്ടു ബർദ്ധമാൻ സ്റ്റേഷനിൽ വണ്ടി നിർത്തി യപ്പോൾ ഹരിദാസും, സാധുജനും കൂടി ദോശയും, പൂ രിയും കൊണ്ടുവന്നു. ഓരോ കുപ്പി വെള്ളവും. പ്രഭാതഭ ക്ഷണം കഴിഞ്ഞപ്പോഴേക്കും ഒരു ചായക്കാരൻ കൊണ്ടു വന്ന മസാല ചായ വാങ്ങികുടിച്ചു. നല്ല സ്വാദുള്ള ചായ.

പുറത്തു        വെയിൽ        പടർന്നുകഴിഞ്ഞിരുന്നു. ട്രെയിൻ    യാത്ര    എല്ലാവർക്കും    വളരെ    ഇഷ്ടപ്പെട്ടു. ബംഗാൾ ഗ്രാമങ്ങളുടെ ഭംഗി കേരളത്തിന്റേത്പോലെ തന്നെ. ചേമ്പും ചേനയും, മുരിങ്ങയും ഇടകലർന്നു വളർന്നു    നിൽക്കുന്ന    വീടുകളും    പരിസരങ്ങളും.

ഇസ്മാലി മാസ്റ്ററും, ഹരിദാസും വെസ്റ്റിബ്യൂളി ലൂടെ ഇപ്പുറത്തേക്ക് കടന്നപ്പോൾ ശശിയും കൂട്ടരും അപ്പുറത്തേക്ക് പോയി. ട്രെയിൻ ഇരമ്പിക്കൊണ്ട് വീണ്ടും വേഗത വർദ്ധിപ്പിച്ചു. ഘാന ജംഗ്ഷൻ, ഗുഷാര എന്നീ സ്ഥലങ്ങൾ    മറികടന്ന്    ഓടിക്കൊണ്ടിരുന്നു.    9.20ന് ബോൽപൂർ ശാന്തിനികേതൻ സ്റ്റേഷനിൽ എത്തി രബീന്ദ്ര നാഥ്ടാഗോറിന്റെ വിശ്വവിദ്യാലയം സ്ഥിതി ചെയ്യുന്നത് ഇവിടെനിന്നും രണ്ടു കിലോമീറ്റർ അകലെയാണ്. തുടക്ക ത്തിൽ അതൊരു സ്കൂൾ മാത്രമായിരുന്നു. പിന്നീട് 1923

ൽ തനിക്കു ലഭിച്ച നോബൽ സമ്മാനം കൊണ്ടാണ് ടാഗോർ അതൊരു സർവ്വകലാശാലയാക്കി ഉയർത്തിയത്. ബംഗാളിലെ പ്രസ്തരായ പലരും ഇവിടെനിന്നും പഠിച്ചിറ ങ്ങിയവരാണ്. ടാഗോറിന്റെ കുടുംബം ബംഗളാദേശിൽ ആയിരുന്നു. വിഭജന സമയത്ത് മറ്റു പലരെയും പോലെ അദ്ദേഹത്തിനും അവിടം വിടേണ്ടി വന്നു. ഇന്ത്യയുടെ യും, ബംഗ്ലാദേശിന്റെയും ദേശീയഗാനങ്ങൾ രചിച്ചത് ടാഗോർതന്നെ. അദ്ദേഹത്തിന് നഷ്ടപ്പെട്ട വീടിനോടും, ആ പ്രദേശത്തോടുമുള്ള ഗൃഹാതുരത്വം മനസ്സിലാക്കാവു ന്നതാണ്. മനുഷ്യമനസ്സിനെ ആഴത്തിൽ സ്പർശിക്കുന്ന ഗീതാഞ്ജലിയിലെ മനോഹരമായ വരികൾ ഇംഗ്ലീഷി ലേക്ക് തർജ്ജമ ചെയ്തതും അദ്ദേഹംതന്നെ. അതിലെ പതിനൊന്നാമത് ശ്ലോകം ഇന്നത്തെ സാഹചര്യത്തിൽ വ ളരെ പ്രസക്തമാണ്. ആ വരികൾ ഒന്നുകൂടി ഓർത്തു നോക്കി:

"ഈ മന്ത്രോച്ചാരണങ്ങളും കീർത്തനാലാപ ങ്ങളും നിർത്തു.

കൈവിരലുകൾക്കിടയിലെ ജപമാലകൊണ്ടുള്ള സംഖ്യാനിർണ്ണയങ്ങളും നിർത്തു.

എല്ലാം വാതായനങ്ങളും അടച്ചിട്ട് ഈ ശ്രീകോവി ലിന്റെ ഇരുൾ നിറഞ്ഞ മൂലയിൽ ഇരുന്ന് താങ്കൾ ആരെ യാണോ ആരാധിക്കുന്നത്? കണ്ണ് തുറന്നു കാണൂ, ആ ദൈവം നിങ്ങളുടെ മുൻപിൽ ഇല്ല. പാടത്തു ഉറച്ചുപോയ

മണ്ണ് ഉഴുതു മറിച്ച് അദ്ധ്വാനിക്കുന്നവന്റെ കൂടെയാണ്ആ ദൈവം.

പാതയിൽ വിരിക്കാനുള്ള കരിങ്കൽ ചില്ലുകൾ പൊട്ടിച്ചു

വിയർപ്പൊഴുക്കുന്നവന്റെ കൂടെയാണ് ആ ദൈവം...."

ഈ കാലഘട്ടത്തിലായിരുന്നുവെങ്കിൽ ടാഗോറിനു ഈ രചനയുടെ പേരിൽ എന്തു മാത്രം എതിർപ്പുകൾ നേരിടേണ്ടിവന്നേനെ. ഒരു പക്ഷെ ഈ മനോഹരമായ വരികൾ സഹൃദയ ലോകത്തിന്റെ മുൻപിൽ എത്തുന്നതിനുമുൻപേ ഉപേക്ഷിക്കേണ്ടി വരുമായിരുന്നു. എം.ടിയുടെ നിർമ്മാല്യത്തിന്റെ ഗതിയും അതുതന്നെയാകുമായിരുന്നു. നമ്മുടെ ജീവിതത്തിലെ ശാന്തിയും സമാധാനവും ഇല്ലായ്മ ചെയ്യാൻ ഫ്രാങ്കെസ്റ്റീൻ നിർമ്മിച്ചു ജീവൻ നൽകിയ രാക്ഷസരൂപികളും, കാൽപാത്തിയൻ കുന്നുക ളിറങ്ങി വരുന്ന രക്തദാഹികളായ പ്രേതാത്മാക്കളും കൂടു തൽ ഭീകര രൂപം പൂണ്ട് നമ്മുടെ പരിസരങ്ങളിൽ കടന്നു കയറിക്കൊണ്ടിരിക്കുന്നു. നമ്മുടെ കൊച്ചു മക്കളെ സ്വപ്നത്തിൽപോലും ഭയപ്പെടുത്തിക്കൊണ്ടിരിക്കുന്നു...

സ്വന്തം ജീവിതംകൊണ്ടും എഴുത്തുകൊണ്ടും നമ്മെ ഒരുപാട് സ്വാധീനീച്ച നോവലിസ്റ്റ് ആയിരുന്നു ഷഷ്ഠി ബ്രത ചക്രവർത്തി. ബംഗാളിലൂടെ കടന്നുപോകു മ്പോൾ ഈ അടുത്തകാലത്ത് അന്തരിച്ച അദ്ദേഹത്തെ

ഓർമ്മിക്കാതെ പോകുന്നത് ഉചിതമാകില്ല...പുരാതന ബ്രാ
ഹ്മണ കുടുംബത്തിൽ ജനനം. ഗായത്രി മന്ത്രങ്ങൾ അല
യടിക്കുന്ന പ്രഭാതങ്ങൾ,ഉപാസന, അഗ്നിഹോത്രം, വേദമ
ന്ത്രങ്ങൾ.....

പിന്നീട് വൈരുദ്ധ്യാധിഷ്ഠിത ഭൗതിക വാദം...
പ്രസിഡൻസി കോളേജിലെ ഫിസിക്സ് വിദ്യാർത്ഥി.
വിദ്യാർഥി ഫെഡറേഷൻ പ്രവർത്തകൻ... ക്രമേണ
അസ്തിത്വവാദത്തോടുള്ള ആകർഷണം. ഡോസ്റ്റോവി
സ്കി, സാർത്ര്യ, കാഫ്ക്ക, കാമു എന്നിവരുടെ കൃതിക
ളുടെ സ്വാധീനം വളരെ വലുതായിരുന്നു. കുടുംബവും,
കുടുംബ ബന്ധങ്ങളും ഉപേക്ഷിച്ചു യാത്രപറഞ്ഞു.
സ്വയം കൈവരിച്ച നാടുകടത്തൽ. താൻ സ്നേഹിച്ച പെ
ൺകുട്ടിയെ മറ്റൊരാൾ വിവാഹം ചെയ്യാൻ ഇടയായതും
ഈ തീരുമാനമെടുക്കാൻ പ്രേരിപ്പിച്ചു കാണണം.

ജോൺ കീറ്റ്സ്പോലുള്ള കവികൾ, ചാൾസ്
ബ്രൗൺ പോലുള്ള ഗായകർ കലാകരാന്മാർ തുടങ്ങിയവ
രുടെ ഇഷ്ടസങ്കേതമായിരുന്ന ഹാം സ്റ്റഡ്ഹീത്തിൽ
ഷഷ്ടിയും താമസമാക്കി. മനോഹരമായ കുന്നിൻ പുറം.
അവിടെ നിന്നാൽ അകലെ ലണ്ടൻ നഗരം കാണാം.
ഷഷ്ഠി ആദ്യം എഴുതയത്ആത്മകഥ. ഇരുപത്തിയെട്ടാമ
ത്തെ വയസ്സിൽ. പിന്നെ തന്റെ അനുഭവങ്ങൾ നിറ
ഞ്ഞുനിന്ന നോവലുകൾ. ഒന്നും മറച്ചുവെക്കാതെ തുറന്ന
കുമ്പസാരങ്ങൾ! ആർക്കും ഇഷ്ടപ്പെടും. എന്തോ

തകർന്നു വീഴുമ്പോലെ വല്ലാത്തൊരു ശബ്ദംകേട്ടു. എതി
രെവന്ന വണ്ടി വേഗത്തിൽ അടുത്ത പാളത്തിൽകൂടി
കടന്നു പോയതാണ്. ഞങ്ങൾ അഹ്മദ്പൂരും സെയി
ന്തിയ ജംഗ്ഷനും പിന്നിട്ടു കഴിഞ്ഞിരുന്നു. മയൂരാക്ഷി
നദിയുംഅതിന്റെ മണൽതീരവും മുറിച്ചു കടന്നു. രാംപൂർ
ഹട്ടിൽ ചെറിയ ഹാൾട്. മുരാരി സ്റ്റേഷന്ശേഷം വണ്ടി
ജാർഘണ്ഡിലേക്ക് കടന്നു. പുൽമേടുകളും, കുന്നുകളും
അകലെ കാണാം, പിന്നെ ആകാശത്തിന്റെ മനോഹാരിത
യും. പാക്കൂർ സ്റ്റേഷൻ കഴിഞ്ഞ് വീണ്ടും ബംഗാളിലേ
ക്ക്.

ഒരു മണിക്ക് ഫാരാക്ക ബാറേജിൽ എത്തി. 2240
മീറ്റർ നീളമുള്ള റെഗുലേറ്റർ.ഇവിടെ നദിക്ക് സൂയസ്
കനാലിനെക്കാൾ കൂടുതൽ വീതിയുണ്ട്. ഗംഗയിലെ ജല
പ്രവാഹം തടഞ്ഞുനിർത്തി കരാർ പ്രകാരമുള്ള വെള്ളം
ഹ്യൂഗ്ലിയിലേക്ക് തിരിച്ചു വിടുന്നു. ബാക്കിയുള്ള വെള്ളം
ബംഗ്ലാദേശിലേക്ക്. ബാരേജിന്റെ മുകളിലൂടെ ട്രെയിൻ
കടന്നുപോകുമ്പോൾ താഴെ ഗംഗയിലെ വിശാലമായ ജല
പ്പരപ്പ് കടൽപോലെ തോന്നും. വായുവിൽ നേർത്ത ത
ണുപ്പ് അനുഭവപ്പെടുന്നതുപോലെ.

1.30 ന് മാൾഡാ സ്റ്റേഷനിൽ വണ്ടിനിന്നു. അപ്പോ
ഴേക്കും ഞങ്ങളുടെ ഉച്ചഭക്ഷണത്തിന്റെ പൊതികളെത്തി.
പൊതികൾ തുറന്ന് തുടങ്ങുമ്പോഴേക്കും വണ്ടിയുടെ ജന
ലുകളിൽ ശക്തിയായി അടിക്കുന്ന ശബ്ദവും നിലവിളിക

ളും. നോക്കുമ്പോൾ ഒരുപാട് കുട്ടികൾ. അവരുടെ പാറി പറക്കുന്ന മുടിയിഴകൾ. ആകെ ദയനീയമായ കാഴ്ച. ഓരോരുത്തരും ഭക്ഷണത്തിനുവേണ്ടി കൈനീട്ടുകയാണ്. ഞങ്ങളിൽ പലരും ഭക്ഷണപൊതികൾ ഓരോരുത്തർക്കും കൈമാറി.

ഞാൻ അൽപനേരം പ്ലാറ്റുഫോമിൽ ഇറങ്ങിനിന്നു ശ്രദ്ധിച്ചു. കിട്ടിയ ചോറ് ആർത്തിയോടെ വാരി വലിച്ചു ക ഴിക്കുന്ന കുട്ടികളുടെ കീറി മുഷിഞ്ഞ ഉടുപ്പുകൾ, മുഖ ങ്ങളിലെ നിർമ്മല ഭാവങ്ങൾ. നിറങ്ങൾ ഇല്ലാത്ത, നിറക്കൂ ട്ടുകളില്ലാത്ത ജന്മങ്ങൾ!ഈസ്റ്റേഷനുകളിലൊന്നും ഇവരെ ആരും തടയില്ല. അവഗണനയാണ്. ക്രുരമായ അവഗണന ന. വണ്ടിവിട്ടു. ഞാൻ വാതിൽക്കൽതന്നെ അൽപനേരംകൂടി നിന്നു. കുട്ടികളും കാഴ്ചകളും അകന്നു പോകുന്നു. നിമിഷങ്ങൾകൊണ്ട് എല്ലാം മാഞ്ഞു പോയി.

വന്നു സീറ്റിൽ ഇരിക്കുമ്പോൾ ഹരിദാസ് പറയു ന്നത് കേട്ടു. വിശ്വൻ എന്റെ നടുക്കംമാറിയിട്ടില്ല. ആ കുട്ടി കളും വിശപ്പും കരച്ചിലും എല്ലാം കുറെ നാൾ മനസ്സിലു ണ്ടാവും.ഹരിദാസ് എവിടെ ചെന്നാലും ഒരു പരോപകാരി യാണ്. ഇത്രയും സഹാനുഭൂതിയുള്ള വ്യക്തികളെ നമ്മൾ അധികം കണ്ടുകാണില്ല. അത് പ്രകൃതി ദുരന്തമായാലും, പകർച്ചവ്യാധിയായയാലും ഹരിദാസ് എല്ലാവർക്കും വേണ്ടി സഹായങ്ങൾ എത്തിക്കാൻ മുൻപിലുണ്ടാകും.

അദ്ദേഹം വളർന്നുവന്ന പ്രദേശത്തിന്റെ, ചുറ്റുപാടുകളു ടെ സ്വാധീനം ആ പെരുമാറ്റരീതികളിൽ കാണാം. അഴീ ക്കോട്, എറിയാട് ഗ്രാമങ്ങളിലെതീരപ്രദേശങ്ങൾ... ഭൂസ്വത്ത് വളരെ കുറച്ചു ജന്മികൾക്കു മാത്രം. ഭൂരിഭാ ഗവും കുടികിടപ്പുകാർ. തോട് മാടാനും. ചിറകെട്ടാനും പോകുന്നവർ, കൊച്ചിയിലേക്ക് കയറും കയറ്റി പോകുന്ന വഞ്ചി പണിക്കാർ, മീൻ നിറച്ച കാവുകളും ചുമലിൽ ഏന്തി അയിലയും. ചാളയും, ചെമ്മീനുമൊക്കെ നടന്നു വിൽപ്പന നടത്തുന്നവർ....

ഒരു വീട്ടിൽ കല്യാണം വന്നാൽ ആപ്രദേശത്ത് ഉത്സവനാളുകളാണ്.

ദുഖം വന്നാൽ മറിച്ചും. നിർദ്ധന കുടുംബ ങ്ങളിലെ ആവശ്യങ്ങൾക്ക് ചായകുറി നടത്താറുണ്ടായിരു ന്നു.മുൻകൂട്ടി നിശ്ചയിച്ച ഏതെങ്കിലും വൈകുന്നേരങ്ങളി ലാണ് ചായകുറി നടത്തുക. ആ പ്രദേശത്തുള്ള എല്ലാരും പങ്കെടുക്കും. ചായയും എന്തെങ്കിലും പലഹാരവും ഉണ്ടാ കും. ചായകുടികഴിഞ്ഞാൽ ഓരോരുത്തരും തങ്ങളെ ക്കൊണ്ട് കഴിയുന്ന ഒരു സംഖ്യ കവറിലാക്കി സന്തോഷ ത്തോടെ നൽകും.

ഏതെങ്കിലും വീട്ടിൽ അസമയത്ത് ഒരുഅതിഥി വന്നാൽ അയൽ വീടുകളിൽനിന്നും അടുക്കളവാതിലി ലൂടെ വിഭവങ്ങൾ എത്തും. അന്യോന്യം ആശ്രയിച്ചു കഴി ഞ്ഞുപോന്ന, പരസ്പര പൂരിത സമൂഹം. മതിലുകളോ,

വേലിക്കെട്ടുകളോ ഉണ്ടായിരുന്നില്ല. പ്ലേറ്റോയുടെ സങ്കല്പത്തിലെ ആദർശ ഗ്രാമംപോലെ ആ ചുറ്റുപാടുക ളിൽ വളരാൻ കഴിഞ്ഞത് ഭാഗ്യമായി കരുതുന്നു. ഹരി ദാസ് പറഞ്ഞുനിർത്തി.

വണ്ടി നല്ല വേഗത്തിൽ ഓടിക്കൊണ്ടിരുന്നു. സാംസി കഴിഞ്ഞു വീണ്ടും ബീഹാർ, ആസാം നഗർ, ബർസോയ് ജംഗ്ഷൻ എന്നീസ്ഥലങ്ങൾ പിന്നിട്ട് ഇന്ത്യ യിലെ ഏറ്റവും വലിയ മനോഹരമായ ബർസോയ് കർവ്. രണ്ട്കിലോമീറ്ററിൽ കൂടുതലുള്ള U ടേൺ മറികടക്കുന്ന തിനായി വണ്ടി വേഗത കുറച്ചു. നൂറ്റി എൺപത് ഡിഗ്രി തിരിഞ്ഞ്, പിന്നിട്ട പാതക്ക് സമാന്തരമായി നീങ്ങുന്നത് കാണാൻ കൗതുകമായിരുന്നു. കിഷൻ ഗഞ്ച് കഴിഞ്ഞ് 5.30 ന് ബംഗാളിലെ പ്രശസ്തമായ മഹാനന്ദ നദികടന്നു. പടിഞ്ഞാറ് മാനം ചുവന്നു. പകൽ വെളിച്ചം മങ്ങി തുട ങ്ങി. തേയില പാടങ്ങളുടെ പച്ച പരപ്പുകൾ ശൂന്യമായ വെളിമ്പറമ്പുകൾക്കുവഴി മാറി. ഇസ്മാലി മാസ്റ്റർ വേസ്റ്റി ബ്യൂളിൽകൂടി വന്നു ഞങ്ങളുടെ അടുത്തിരുന്നു.ഇറങ്ങേ ണ്ട സമയം അടുത്തുകൊണ്ട് ഇരിക്കുന്നു. താമസം, ഭക്ഷ ണം, മറ്റു കാര്യങ്ങൾ ഓരോന്നും അതിന്റെ ചുമതല ക്കാരെ ഓർമ്മപ്പെടുത്തി. വണ്ടിവേഗം കുറച്ചു. ന്യൂജയ് പാൽഗുരി സ്റ്റേഷൻ. പ്ലാറ്റ് ഫോമിൽ ഞങ്ങൾ ബാഗുകളു മായി ഇറങ്ങി.

# അദ്ധ്യായം – 7

കൃത്യം 6.15 ന് ഞങ്ങൾ ന്യൂജൽപായിഗുരി സ്റ്റേഷന്റെ ഗേറ്റ് കടന്നു പുറത്തിറങ്ങി. വലിയ തിരക്കൊന്നും ഇല്ലാത്ത റോഡിലൂടെ മുന്നോട്ട് നടന്നു. ഒരു മൂന്നുംകൂടിയ കവല. വലതുഭാഗത്ത് ഞങ്ങളുടെ യാത്ര ഏജന്റിന്റെഓഫീസ്. ലഗ്ഗേജ് എല്ലാം അവിടെ ഇറക്കിവെച്ചു. ഇടതു ഭാഗത്തെ റോഡിൽകൂടി കുറേപേർ നടക്കുന്നത് കണ്ടു.ഞങ്ങളും ആ വഴിക്കുതന്നെ നടന്നു. ഒരുപാട് ചായക്കടകളും മറ്റു ഭക്ഷണശാലകളും കണ്ടു. തൽക്കാലം ചായമാത്രം കുടിച്ചു. ഞങ്ങൾ കുറച്ചുപേർ ഒന്നു ചുറ്റികറങ്ങാമെന്ന് തീരുമാനിച്ചു. ന്യൂജൽപായ് ഗുരിഒരു പട്ടണമൊന്നുമല്ല. സിലിഗുരി പട്ടണത്തിന്റെ പ്രാന്തപ്രദേശം. തികച്ചും ഒരു ഗ്രാമം.ഇടക്ക്, വരനെയും വധുവിനെയും ആനയിച്ചുകൊണ്ടുവരുന്ന ഒരു വിവാഹസംഘത്തെകണ്ടു. വലിയ വൃക്ഷനിരകളൊന്നും വരുന്ന വഴിക്കോ സ്റ്റേഷനിൽ വണ്ടിയിറങ്ങിയതിന് ശേഷമോ കണ്ടില്ല. കണ്ടതെല്ലാം വിശാലമായ കൃഷിയിടങ്ങൾ. കുറെ കഴിഞ്ഞ് ഞങ്ങൾ തിരിച്ചു നടന്നു. രംഗനും ഹരിദാസും കൂടെ ഞാനും.

ഹോട്ടൽ ഹിൽവ്യൂവിൽ ഞങ്ങൾക്കുള്ള മുറികൾ റെഡിയായി കഴിഞ്ഞിരുന്നു. അത്താഴം കഴിഞ്ഞ് ഞങ്ങൾ ഹോട്ടലിന്റെ റിസെപ്ഷൻ ഹാളിൽ ഒത്തുകൂടി. ഇസ്മാലി മാസ്റ്റർ അടുത്ത ദിവസത്തെ യാത്രയെക്കുറിച്ചും പോകേ ണ്ട സ്ഥലങ്ങളെക്കുറിച്ചും ചുരുക്കിപറഞ്ഞു. വേണ്ട തയ്യാ റെടുപ്പുകളെക്കുറിച്ചും.

തണുപ്പ്  കുടുതലുള്ള  പ്രദേശങ്ങളാണ്. ഊഷ്മാവ് ചിലപ്പോൾ മൈനസ്സിലേക്ക് താഴ്ന്നുപോകും. എല്ലാവരും കമ്പിളി ഉടുപ്പുകളും തൊപ്പിയും ഗ്ലൗസും ധരിക്കണം. നാല് ചെറു വണ്ടികളിലാണ് ഇനിയാത്ര.

ഞങ്ങൾ ഉറങ്ങാനായി അവരവരുടെ മുറികളി ലേക്ക് പോയി. പിറ്റേന്നു രാവിലെ പ്രാതൽ കഴിഞ്ഞ് എട്ടു മണിക്ക് തന്നെ ഞങ്ങൾ പത്തു പേർക്ക് വീതം കയറാ വുന്ന നാലു വണ്ടികളിൽ കയറി. ഞങ്ങളുടെ വണ്ടിയിൽ വേണു, സാവിത്രി ടീച്ചർ, ശശി, വിജയ, ഹരിദാസ്, രാധ ടീച്ചർ എന്നിവർ. ഞാൻ മുൻപിൽ. ഡ്രൈവർ ദീപക് എന്ന ഖോർക്ക. ചിരിച്ചുകൊണ്ട് സംസാരിക്കുന്ന ചെറുപ്പ ക്കാരൻ.വണ്ടിസ്റ്റാർട്ട് ചെയ്തുകൊണ്ട് അവൻ ചോദിച്ചു: കേരളത്തിൽ നിന്നാണല്ലേ? അവനു തമിഴനെയും, തെലു ങ്കനെയും, മലയാളിയേയുമെല്ലാം ഒറ്റ നോട്ടത്തിൽ മനസ്സി ലാകും. ഏകദശം ഒൻപതുകിലോമീറ്റർ പിന്നിട്ട് സിലിഗു രിയിലെത്തി. മഹാനന്ദ നദി അരികിലൂടെ ഒഴുകുന്നുണ്ട്. ഇതുവളരെ ഇടുങ്ങിയ ഒരിടനാഴിയാണ്. ഇടനാഴിക്ക് ഒരു

ഭഗത്ത് വെറും ഇരുപത്തിരണ്ടു കിലോമീറ്റർ വീതിമാത്രം. അറുപതുകിലോമീറ്റർ നീളം. വെസ്റ്റ് ബംഗാൾ സംസ്ഥാനത്തിന്റെ ഏറ്റവും വീതികുറഞ്ഞ ഭാഗം. ഇന്ത്യയുടെ വടക്ക് കിഴക്കൻ പ്രദേശങ്ങളിലേക്ക് കടന്നുപോകാൻ ഈ വഴി മാത്രമേയുള്ളൂ. സിലിഗുരി പ്രതീക്ഷിച്ചതിനേക്കാൾ വികസിച്ച നഗരമാണ്. വനപ്രദേശങ്ങളോട് ചേർന്ന് കിടക്കുന്ന നഗരം.

ശത്രുവിനു പെട്ടെന്നു തിരിച്ചറിയാൻ പറ്റാത്ത യൂണിഫോം ധരിച്ച പട്ടാളക്കാരെയും വഹിച്ചുകൊണ്ടുള്ള ഒലിവ് ഗ്രീൻ നിറമുള്ള ട്രക്കുകൾ തലങ്ങും വിലങ്ങും ഓടുന്നുണ്ടായിരുന്നു. ബംഗാളിന്റെ വടക്കൻ ഭാഗങ്ങളും സിക്കിം സംസ്ഥാനവും ഒരു ഭാഗത്ത് അല്ലെങ്കിൽമറ്റൊരു ഭാഗത്ത് ബംഗ്ലാദേശ്, നേപ്പാൾ ഭൂട്ടാൻ, ചൈന എന്നീ രാജ്യങ്ങളുമായി അതിർത്തിപങ്കിടുന്നുണ്ട്. അതുകൊണ്ട് പട്ടാളം എപ്പോഴും ജാഗ്രതയിലായിരിക്കും.

പട്ടാളതാവളം സ്ഥിതി ചെയ്യുന്ന പ്രദേശം വളരെ വൃത്തിയായും, ഭംഗിയായും പരിരക്ഷിച്ചു പോരുന്നുണ്ട്. സിലിഗുരിയിൽനിന്ന് നോക്കുമ്പോൾ അകലെ മലനിരകളുടെ ദൂരക്കാഴ്ചകൾ വളരെ മനോഹരമാണ്. ജൽദപ്പാറ വന്യമൃഗ സങ്കേതം, മാർക്കറ്റ്, കോറോനേഷൻ പാലം എന്നിവ കണ്ടിരിക്കേണ്ടതാണ്. സിലിഗുരിയും, നക്സൽ ബാരിയും. മജ്ഉം ദാറും, സന്ന്യാലുമൊക്കെ പടാകുളത്തിന്റെയോ അരാകുളത്തിന്റെയോ കരകളിലെ പൂഴിമണ്ണിലി

രുന്ന് ചർച്ചചെയ്തിരുന്ന വിഷയങ്ങളാണ്. ആ സന്ധ്യ കളും ടി.എൻ. ജോയിയും, പ്രിൻസും, മുഹമ്മദും അവരു ടെയൊക്കെ കാഴ്ചപ്പാടുകളും യോജിപ്പും വിയോജിപ്പു മെല്ലാം ഓർമ്മകളിലുണ്ട്.

സഹോദരി സൗദാമിനി വിവാഹശേഷം അളിയൻ മോഹൻദാസിനൊപ്പം ഇവിടെ ഡിഫെൻസ് ക്വാർട്ടേ ഴ്സിൽ ആയിരുന്നു താമസം. ഒരിക്കൽ അനിയൻ നടരാ ജൻ ഡാർജിലിങ്ങിലെ സൂര്യോദയം കാണാൻ വന്നിട്ടു ണ്ട്. ഞങ്ങൾ തമ്മിൽ നാല് വയസ്സിന്റെ വ്യത്യാസം മാത്രം. അതുകൊണ്ടുതന്നെ കൂട്ടുകാരെപ്പോലെയായിരു ന്നു.അച്ഛന്റെ കണ്ണ് വെട്ടിച്ചുസിനിമക്ക് പോകുന്നതും, നിരോധനം മാറ്റിയ സമയത്ത് കള്ളുവാങ്ങി വീടിന്റെ പിൻഭാഗത്ത് ഇരുട്ടിലിരുന്ന് ആദ്യമായി മദ്യത്തിന്റെ രുചി യറിഞ്ഞതും, പ്രകടനങ്ങൾക്കും, ഇലക്ഷൻ പ്രവർത്തന ങ്ങൾക്കും പോകുന്നതും പലപ്പോഴും ഒരുമിച്ചുതന്നെ. അവിടത്തെ ജനജീവിതം, അനുഭവങ്ങൾ... പട്ടാള ട്രക്കുക ളിലുള്ള യാത്രകൾ ഡാർജിലിങ്ങിലും അതിർത്തി പ്രദേശ ങ്ങളിലും തണുത്തുറഞ്ഞ കാലാവസ്ഥയിൽ താമസം. അവന്റെ വിവരണങ്ങൾ കേൾക്കാൻ രസമായിരുന്നു! സൗദിയിൽ ഉണ്ടായ റോഡ് അപകടത്തിൽ ശരീരത്തിന് കാര്യമായ പരിക്കുകളുണ്ടായില്ല. പക്ഷെമസ്തിഷ്കത്തി നുണ്ടായ ക്ഷതം ചികിത്സിച്ചു മാറ്റാൻപറ്റുന്നതായിരുന്നി ല്ല. ഇടക്ക് സമനിലതെറ്റും.ഓർമ്മകൾ നഷ്ടമാകും. ശരി

ക്ക് പറഞ്ഞാൽ മുപ്പതുവയസ്സിനുശേഷം അവനു ജീവിതംഉണ്ടായിട്ടില്ലെന്നു പറയാം. യാത്രകളും... മരുന്നു കളും, യാതനകളുമായികുറെ വർഷങ്ങൾ.ഇന്നിപ്പോൾ അവനില്ല. അവന്റെ ഓർമ്മകൾ മാത്രം...

നഗരപ്രദേശങ്ങൾ പിന്നിട്ട് ഞങ്ങൾ വിശാലമായ തേയിലപാടങ്ങൾക്കു നടുവിലൂടെ യാത്ര തുടർന്നു. ഇവിടെ തേയില കൃഷി ചെയ്യുന്നത് സമതലങ്ങളിലാണ്. മൂന്നാറിലെയുംവയനാട്ടിലെയുംകുന്നിൻപുറങ്ങളിൽ ചാ യതോട്ടങ്ങൾ കണ്ടു പരിചയിച്ച നമുക്ക് അത്ഭുതം തോന്നും.

ഇവിടെയായിരുന്നു നക്സലൈറ്റ് പ്രസ്ഥാന ത്തിനു നേതൃത്വം വഹിച്ചിരുന്ന ചാരുമജുംദാറിന്റെയും കനു സന്ന്യാലിന്റെയുംപ്രവർത്തനമണ്ഡലം.ദീപക് പറ ഞ്ഞു: ഇവിടെനിന്നുംഇരുപത്തിമൂന്ന് കിലോമീറ്റർ അക ലെയാണ് നക്സൽബാരി. നേപ്പാൾ ബോർഡറിൽ. നിങ്ങൾ ഇന്നലെ യാത്ര ചെയ്തറൂട്ടിൽ അലുവാബാരി റോഡിൽക്കൂടി നക്സൽബാരി വഴി സിലിഗുരിയിലെത്തി ചേരാം. ഒരുകാലത്ത് ഇന്ത്യൻ മാധ്യമങ്ങളിൽ ഇടിവെ ട്ടുന്ന തലക്കെട്ടുകളിൽ നിറഞ്ഞുനിന്നിരുന്ന ഇതിഹാസ നായകൻ ചാരു മജ്ഉംദാർ. അച്ഛൻ സ്വാതന്ത്ര്യ സമ രത്തിന്റെ മുന്നണിപോരാളി. അച്ഛന്റെ ചുവട് പിടിച്ച് മ കനും സമരസേനാനിയായി. പഠിപ്പ് ഇട്ടെറിഞ്ഞു. ആദ്യം ഇന്ത്യൻ നാഷണൽ കോൺഗ്രസ്സിൽ, പിന്നീട്ഇന്ത്യൻ

നാഷണൽ കോൺഗ്രസ് വിട്ട് കമ്മ്യൂണിസ്റ്റ് പാർട്ടിയിൽ ഇന്ത്യയിൽ ജീർണ്ണതയിൽനിന്നും ഉയിർത്തെഴുന്നേറ്റ് സമ്പന്നരുടെ പട്ടികയിൽ ഇടം നേടിയ ഒരുപാടു പേരു ണ്ട്.പല വമ്പൻ വ്യവസായികളുടെയും കാര്യം അങ്ങിനെ യാണ്.. എല്ലാ സമ്പത്തും, വസ്തുവഹകളും വലിച്ചെറിഞ്ഞു കൊട്ടാരംപോലുള്ള വീടും, സുഖസൗക ര്യങ്ങളും വേണ്ടെന്നുവെച്ച്, കൂരകളിലെ ജീർണ്ണതക ളിലും പരിമിതികളിലും സംതൃപ്തി കണ്ടെത്തിയവരുമു ണ്ട്. സമ്പത്ത് ആവശ്യത്തിലധികമുള്ള ജമീന്താരായി രുന്നു അച്ഛൻ. ഒടുവിൽ സിലിഗുരിയിലെ ചെറിയ കുടി ലിൽ അച്ഛനും അവിവാഹിതയായ സഹോദരിയും അട ങ്ങിയ മജുംദാർ കുടുംബം നിത്യദാരിദ്ര്യത്തിൽ കഴിഞ്ഞു കൂടുന്നതും ഇവിടുത്തെ ജനസമൂഹം കണ്ടു. ജന്മിത്വത്തി ന്റെ ക്രൂരതകൾനാൾക്ക്നാൾ വർദ്ധിച്ചുകൊണ്ടിരിക്കുന്ന സമയം. സിപിഎംമെമ്പർമാരും അനുഭാവികളുമായിരുന്ന കർഷകരും കർഷകതൊഴിലാളികളും സംഘടിക്കാനും, വേണ്ടിവന്നാൽ തിരിച്ചടിക്കാനുമുള്ള അവസരത്തിനു വേണ്ടി കാത്തിരുന്ന സമയം. ഈശ്വർ എന്നളന്നതങ്ങ ളിൽ വളരെ സ്വാധീനമുള്ള ഒരു ജമീന്ദാർ ബിഖുൽ എന്നൊരു കൃഷിക്കാരനെ തന്റെ കൃഷിഭൂമി യിൽനിന്നുംഇറക്കിവിടുന്നു. സിപി.എം.അന്ന് ആയിരക്ക ണക്കിന് പ്രവർത്തകരെ പങ്കെടുപ്പിച്ചുകൊണ്ട് ഉപരോധം തീർക്കുന്നു. ഈശ്വറിന്റെ സ്വാധീനം കാരണം സമരനേ താക്കൾ അറസ്റ്റ് ചെയ്യപ്പെടുന്നു.

1967 ൽ തന്നെ നക്സൽബാരിയിൽ അടുത്ത സംഭവം അരങ്ങേറി. നാഗേന്ദ്രറോയ് ചൗധരി സമരക്കാരെ പേടിപ്പിക്കാൻ ആകാശത്തേക്ക് വെടിവെച്ചു. ആയിര ത്തോളം വരുന്ന സമരക്കാർ ചൗധരിയെ ബലമായി പിടിച്ചു കീഴടക്കി ജനകീയ വിചാരണ ചെയ്തു വധിച്ചു. തുടർന്നുണ്ടായ പോലീസ് വെടിവെപ്പിൽ ഒൻപതു സ്ത്രീ കളും രണ്ടു കുട്ടികളും മരണപ്പെട്ടു......നക്സലൈറ്റ് പ്രക്ഷോഭങ്ങളുടെ തുടക്കം അങ്ങനെയായിരുന്നു എന്ന് പറയപ്പെടുന്നു. അതോടെ സിപിഎം.ലെ തീവ്രവാദി വിഭാഗം മജ്ജുംദാറിന്റെയും, കനു സന്യാലിന്റെയും കീഴിൽ പ്രത്യേക വിപ്ലവപ്രസ്ഥാനമായി മാറിക്കഴിഞ്ഞിരു ന്നു. മാർഗ്ഗരേഖയായി താത്വികാചാര്യനായിരുന്ന ചാരു വിന്റെഎട്ടു പ്രമാണങ്ങൾ –പദ്ധതികൾ ആസൂത്രണം ചെയ്തതും,, നടപ്പിലാക്കിയതും നക്സൽബാരിയിൽ തന്നെ ജനിച്ചുവളർന്ന ആ പ്രദേശത്തെ സ്പന്ദനങ്ങൾ അറിയുന്ന കനുസന്യാൽ, ദീപക് പറഞ്ഞു നിർത്തി. അവൻ ജനിക്കുന്നതിനു വർഷങ്ങൾക്ക് മുൻപ് സംഭവിച്ച കാര്യങ്ങൾ ആണ്. അന്ന് ആ സംഭവങ്ങൾക്ക് സാക്ഷിക ളായവർ ഈ സിലിഗുരിയിലുണ്ട്.

അക്കാലത്തെ ബംഗാൾ ഡി.ജി.പി. ആയിരുന്ന അമിയ സാമന്ത റിട്ടയർമ്മെന്റിനു ശേഷം ഒരു മാഗസിന് നൽകിയ ഈണ്ടർവ്യൂവിൽ ഇങ്ങനെ പറയുന്നു.

"ക്രൂരത കാണിച്ച ഭൂവുടമകളെ ശിക്ഷിക്കാനാണ് അദ്ദേഹം ആഹ്വാനം ചെയ്തത്. പക്ഷെ പ്രസ്ഥാനം

അഴുക്ക് പുരണ്ട കൈകളിലേക്ക് വഴുതി വീണു. ചാരു വിന്റെ പേരിൽ അവർ മുതലെടുത്തു. പാവപ്പെട്ട കർഷക രുടെയും, തൊഴിലാളികളുടെയും ദയനീയമായ സ്ഥിതി കണ്ട് അവരുടെ മോചനത്തിന് വേണ്ടിയാണ് സായുധ വിപ്ലവം എന്ന മുദ്രാവാക്യം ചാരു രൂപപ്പെടുത്തിയത്. വർ ഗ്ഗശത്രുക്കൾ എന്ന് അദ്ദേഹം ഉദ്ദേശിച്ചത് പാവപ്പെട്ടവരെ ദ്രോഹിക്കുന്നവരെയാണ്. സാധാരണക്കാരെ ഒരിക്കലും ഉപദ്രവിക്കാൻ പറഞ്ഞിരുന്നില്ല...."

അറുപതുകളുടെ അവസാനങ്ങളിലും എഴുപതുക ളുടെ തുടക്കത്തിലും യുവജനങ്ങൾ ആവേശത്തോടെ ചാരുവിന്റെ ആരാധകരാവുന്നത് ലോകം കണ്ടു....പ്രത്യേ കിച്ച് കലാശാല വിദ്യാർത്ഥികൾ. പുതിയ പ്രഭാതം പൊട്ടി വിടരുന്നത് കാണാൻ പ്രതീക്ഷയോടെകാത്തിരുന്ന വർ..മറ്റുള്ളവരുടെ സംസാരം സംഗീതം പോലെ ആസ്വദി ക്കാൻ കഴിയുന്ന ഒരു ലോകം സ്വപ്നം കണ്ടവർ... അവ രുടെ സ്വപ്നങ്ങൾക്ക് നിറം പകരുന്ന സാഹിത്യവും, സിനിമകളുമുണ്ടായി. പക്ഷെ, പോലീസുകാരെയും, സർക്കാർ ജീവനക്കാരെയും, സാധാരണക്കാരെയും വേട്ട യാടാൻ തുടങ്ങിയപ്പോൾ അതുവരെ ലഭിച്ചിരുന്ന ബഹുജ ന പിന്തുണ എന്നെന്നേക്കുമായി നഷ്ടപ്പെട്ടു.

പ്രസ്ഥാനം തകരാൻ തുടങ്ങി. ഉദ്ദേശലക്ഷ്യങ്ങൾ മാറിയപ്പോഴുണ്ടായ അനിവാര്യമായ തകർച്ച. 1969 ൽ ഒളി വിൽ പോയ ചാരുവിനെ ഒറ്റിക്കൊടുക്കാൻ കൊൽക്കൊ

ത്തായിലാരും തയ്യാറായില്ല. പക്ഷെ, അദ്ദേഹത്തിന്റെ ഏറ്റ
വും അടുത്ത അനുയായി ആയിരുന്ന ദീപക് ബിശ്വാസ
ിനെ പോലീസ് അതിക്രൂരമായി ആക്രമിച്ച്അവശനാക്കിയ
പ്പോൾ    ബിശ്വാസ്    നിൽക്കക്കള്ളിയില്ലാതെ    ആ
ഒളിസങ്കേതം പറഞ്ഞു കൊടുത്തു. 1972 ജൂലൈ 16 നു
ചാരു അറസ്റ്റിലായി. പിന്നെ വെറും പന്ത്രണ്ടു ദിവസ
ങ്ങൾ...ലാൽ ബസാർ ലോക്കപ്പിൽ മർദ്ദനങ്ങളോ പീഢന
ങ്ങളോ ഉണ്ടായില്ല. ശ്വാസതടസ്സവും ഹൃദയസംബന്ധ
മായ അസുഖങ്ങളും നിരന്തരം ശല്യം ചെയ്തിരുന്ന
അദ്ദേഹം ജീവൻ നിലനിർത്തിയിരുന്നത് മരുന്നുകൊ
ണ്ടാണ്. ആ ജീവൻരക്ഷാ മുരുന്നുകൾ ഒറ്റയടിക്ക്
നിർത്താൻ അധികാരികളുടെ ഉത്തരവ്. അതോടെ ശക്ത
മായ ഹാർട്ട് അറ്റാക്ക്.അങ്ങിനെ ആ വിപ്ലവനായകൻ
ലോക്കപ്പ് മുറിയിൽ മരണത്തിലേക്ക് വഴുതി വഴുതി വീ
ണു...

9.30 ന് ഞങ്ങൾ സിലിഗുരിയിൽനിന്നും നാല്പ
ത്തെട്ട് കിലോമീറ്റർ അകലെ മിരീക്കിൽ എത്തി.

# അദ്ധ്യായം – 8

സിലിഗുരിയിൽനിന്നും ഹിൽകാർട്ട് റോഡിലൂടെ കുർസി യോങ് വഴി എളുപ്പം ഡാർജിലിംഗിൽ എത്താം. എന്നാൽ ഋഷി റോഡ് വഴി മിരിക്കിൽ എത്തിയത് നേപ്പാളിലേക്ക് കൂടി പോകണമെന്ന ഉദ്ദേശത്തിലാണ്.

വളരെ താഴ്ന്ന തലത്തിലുള്ള ഒരു വിനോദ സഞ്ചാര കേന്ദ്രമാണ് മിരിക്ക്. കുന്നിൻ ചരിവുകളിലെ തേയില തോട്ടങ്ങൾ, ഒരുപാട് ഫലവൃക്ഷങ്ങൾ, അവ ക്കെല്ലാംപിറകിലായി അകലെ ഇരുണ്ട മലനിരകൾ. സിലി ഗുരിക്കും, ഡാർജിലിംഗിനുമിടയിൽ സ്ഥിതി ചെയ്യുന്ന ഈ ടൂറിസ്റ്റ് സെന്റർ നേപ്പാളിനോട് ചേർന്നു കിടക്കുന്ന അതിർത്തി പ്രദേശം കൂടിയാണ്.

ഈ താഴ്വരയിൽ ഒന്നേകാൽ കിലോമീറ്റർ നീള ത്തിലുള്ള സുമേന്ദു തടാകം. ഒരു ഭാഗത്ത് പൂന്തോട്ടം. മറുകരയിൽ തിങ്ങിനിറഞ്ഞു നിൽക്കുന്ന പൈൻ മര ങ്ങൾ. രണ്ടു കരകളെയുംബന്ധിപ്പിച്ചുകൊണ്ട് കമാനം പോലെ റെയിൻബോ പാലം. തടാകത്തിന് ചുറ്റും മൂന്നര കിലോമീറ്റർ നീളത്തിൽ വിശാലമായ നടപ്പാത. അകലെ ചക്രവാളത്തിൽ തെളിയുന്ന കാഞ്ചൻജംഗ പർവ്വതനിരക

    മഞ്ഞിൽ മറയുന്ന ഹിമാലയൻ താഴ്വരകൾ

ളുടെ ഭംഗി ആസ്വദിച്ചു നടക്കാം. പ്രത്യേകിച്ച് വൈകുന്നേ രങ്ങളിൽ.

പച്ച പുതച്ച കുന്നുകൾക്കു മുകളിൽ വെയിൽ പ ടർന്നു. ആകാശചരിവിലൂടെ നിരങ്ങിനീങ്ങുന്ന മേഘപാ ളികൾ മൂടൽമഞ്ഞുപോലെ തോന്നി. നിശ്ചലമായ തടാക ത്തിൽ വീണു കിടക്കുന്ന നിഴലുകൾ.. പ്രതിബിം ബങ്ങൾ...

തടാകത്തിനരികിലിരുന്നു. തണുത്ത കാറ്റിനു കാട്ടുപൂക്കളുടെ നേർത്ത മണം. ജലപരപ്പിൽ അലകൾ രൂപപ്പെടുന്നതും പ്രതിബിംബങ്ങൾ മായുന്നതും കണ്ടു. നാട്ടിൽ നിന്ന് കൊണ്ടുവന്ന പലഹാരങ്ങൾ പങ്കിട്ടു കഴി ച്ചു. വഴിയരികിലുള്ള ഒരു നേപ്പാളി പെൺകുട്ടിയുടെ കട യിൽനിന്നും ചായ കുടിച്ചു. റോഡിനപ്പുറത്തു അകലെ കുന്നിൻ മുകളിൽ തലയുയർത്തി നിൽക്കുന്നു മിരിക്ക് മൊണാസ്ട്രി. പെയിന്റ് ചെയ്തു മോടി പിടിപ്പിച്ച സ്റ്റുപ (താഴികക്കുടം). തടാകത്തിനു ചുറ്റും ഒരു വട്ടം നടക്കണ മെന്ന് തോന്നി. അല്ലെങ്കിൽ ഒരു ബോട്ട് യാത്ര പക്ഷേ, ഉച്ചഭക്ഷണം ഡാർജിലിംഗിൽ ഏർപ്പാട് ചെയ്തിരുന്നതി നാൽ ഞങ്ങൾ പെട്ടെന്ന് തന്നെ യാത്ര തുടർന്നു.

തേയില തോട്ടങ്ങൾക്കിടയിലൂടെ വാഹനങ്ങൾ നീങ്ങി. ഇടക്കിടക്ക് ചെറിയ കുന്നുകളിൽ കൂട്ടംകൂടി നിൽക്കുന്ന വലിയ മരങ്ങൾ. ഓരോ വളവും, തിരിവും, ഓരോ കയറ്റവും, ഇറക്കവും ഓരോരോ വ്യത്യസ്ത

കാഴ്ചകളായിരുന്നു. വ്യത്യസ്ത അനുഭവങ്ങൾ ആയിരു
ന്നു. അരമണിക്കൂർ യാത്രക്കൊടുവിൽ നേപ്പാളിന്റെ
കിഴക്കേ അതിർത്തിയിലുള്ള സുഖിയപോക്രിയിലെത്തി.
നേപ്പാളിലേക്ക് കടക്കാൻരണ്ടു വഴികളുണ്ട്. ഒന്ന്
നാക്സൽബാരി വഴി.മറ്റൊന്ന് ഇവിടെ സുഖിയ പോഖ്റി
വഴി. ഇന്ത്യൻ വാഹനങ്ങൾ അതിർത്തി കടക്കാൻ അനു
വദിക്കില്ല.ഞങ്ങൾ ഓരോരുത്തരും തിരിച്ചറിയൽ കാർഡു
കൾ കാണിച്ചു നേപ്പാളിലേക്ക് കടന്നു. ഇവിടെ വലിയ
നിയന്ത്രണങ്ങളൊന്നുമില്ല. അപ്പുറത്തെയും ഇപ്പുറ
ത്തെയും ഭൂപ്രകൃതിയും, കാലാവസ്ഥയും, ജനങ്ങളും ജീ
വിതവും ഒന്നു തന്നെ. ഭാഷയും പ്രശ്നമില്ല. ഇവിടത്തെ
നേപ്പാളികൾക്ക്ഹിന്ദി നല്ല വശമാണ്. സുഖിയ പോഖ്റി
യിലെ കച്ചവടക്കാർക്ക് നേപ്പാളിയും നന്നായിട്ടറിയാം.
ആയിരക്കണക്കിന് നേപ്പാളികളും ഇന്ത്യക്കാരും ദിവ
സേന അന്യോന്യം അതിർത്തി കടക്കാറുണ്ട്. കച്ചവടത്തി
ന്, വിദ്യാഭ്യാസം, ചികിത്സ, ബന്ധുക്കളെ കാണാൻ..
അങ്ങനെഒാരോ ആവശ്യങ്ങൾ......

അതിർത്തിയിൽനിന്നം 2 കിലോമീറ്റർ അകലെ
യാണ് പശുപതി മാർക്കറ്റ്. പത്തു നേപ്പാളി ടാക്സികളി
ലായി ഞങ്ങൾ മാർക്കറ്റിൽ എത്തി.

കിഴക്കൻ നേപ്പാളിലെ ഇലാം ജില്ലയിൽ പ്രസിദ്ധ
മായ വ്യാപാര കേന്ദ്രമാണ് പശുപതി മാർക്കറ്റ്. 2015
ഏപ്രിൽ മാസത്തിൽ ഉണ്ടായ ഭൂകമ്പത്തിൽ 9000 മരണ

ങ്ങളുണ്ടായി. വീടുകൾ നിലംപൊത്തി. റോഡുകൾ വിണ്ടുകീറി. ചൈനയിൽ നിന്നും ടിബറ്റ് –ഖാട്മണ്ടു... പശുപതി വഴിയുള്ള പരമ്പരാഗത സിൽക്ക് റൂറ്റ് അടഞ്ഞു.

ഞങ്ങൾ പശുപതി മാർക്കറ്റിൽ കുറച്ചു നേരം കറങ്ങി നടന്നു. സ്ത്രീകളായിരുന്നു കൂടുതലും കച്ചവടം നടത്തിയിരുന്നത്. ബാറുകളുടെ മുൻപിൽ നിരത്തിവെച്ച വിവിധബ്രാൻഡുകളിലുള്ള മദ്യകുപ്പികൾ. റെസ്റ്റാറന്റുക ളിൽ നിന്നും നേപ്പാളി ഭക്ഷണം പാചകം ചെയ്യുന്ന ഗന്ധം.

ഈ കുന്നിൻ ചരിവിലെ മാർക്കറ്റ് ഭൂകമ്പത്തിന് മുൻപ് സജീവമായിരുന്നു.

എപ്പോഴും തിരക്ക്. ചൈനയിൽനിന്നും വന്നെ ത്തുന്ന തുണിത്തരങ്ങൾ. സൗന്ദര്യ പോഷക വസ്തു ക്കൾ, തോൽ ഉല്പന്നങ്ങൾ, കളിപ്പാട്ടങ്ങൾ, ഇലക്ട്രോ ണിക് ഉൽപ്പന്നങ്ങൾ.ആവശ്യക്കാർ ഏറെ.പശുപതി നഗർ കണ്ടു മടങ്ങുന്ന ഇന്ത്യൻ ടൂറിസ്റ്റുകൾ കൈനിറയെചൈനീസ് സാമഗ്രികളുമായാണ് മടങ്ങിയിരു ന്നത്. സർക്കാർ ഏജൻസികൾ അതൊന്നും ഗൗനിച്ചിരു ന്നില്ല.

ഉച്ചക്ക് പന്ത്രണ്ടുമണി കഴിഞ്ഞു ഞങ്ങൾ പശുപ തിയിൽ നിന്നിറങ്ങി. വെയിൽ മങ്ങി. കാലാവസ്ഥ എപ്പോൾ വേണമെങ്കിലും മാറാം. വേഗം വാഹനങ്ങളിൽ

കയറി റോഡ് കടന്ന് പോകുന്നത് അതിർത്തിയിലൂടെ നേപ്പാളിന്റെ അരികുചേർന്നുള്ള യാത്ര. റോഡിനു ഇരുവശവും നേപ്പാളികൾതന്നെ. ഉറ്റവരും. ബന്ധുക്കളും, അവരുടെ പാർപ്പിടങ്ങളും അതിർത്തിക്കിരുവശവും മുഖാമുഖം. ഇളംകാറ്റിൽ തണുപ്പ് അരിച്ചു കയറുന്നു. മൂടൽ മഞ്ഞിന്റെ ആവരണങ്ങൾ താഴ്വരകളെ മറയ്ക്കുന്നു.

ഹിൽകാർട്ട് റോഡിലൂടെ ഖോം മോണസ്ട്രിയുടെ മുൻപിലെത്തിയപ്പോഴേക്കും കാലാവസ്ഥ പെട്ടെന്ന് മാറി. ആകാശം നിറയെ മഴ മേഘങ്ങൾ പരന്നു. കമ്പിളി യുടുപ്പുകളുടെ പഴുതുകളിലൂടെ അരിച്ചു കയറുന്ന തണുപ്പ്. റോഡിന്റെ അരികുചേർന്ന് നാരോ ഗേജ് റെയിൽ പാത. ടോയ് ട്രെയിനിനുവേണ്ടിയുള്ള പാതയാണത്.

ഞങ്ങൾ ഡാർജലിംഗ് നഗരത്തിലേക്ക് കടന്നിരിക്കുന്നു.

അപ്പോഴേയ്ക്കും മഴ പെയ്യാൻ തുടങ്ങി.

# അദ്ധ്യായം – 9

നഗരമധ്യത്തിൽ ജനതിരക്ക് കൂടുതലുള്ള സ്ഥലമാണ് ചൗരസ്ത. അതിനടുത്തു ഹോട്ടൽ ഹിൽ ക്രൗണിലാണ് ഞങ്ങൾക്കുള്ള താമസവും ഭക്ഷണവും. എല്ലാവരും അവരവർക്ക് കിട്ടിയ മുറികളിലേക്ക് പോയി ഫ്രഷ് ആയി വന്നു. ഉച്ച ഭക്ഷണം കഴിക്കാനിരുന്നപ്പോഴേക്കും മൂന്നു മണിയായി. ആദ്യത്തെ സംഘം അവരുടെ ഊഴം കഴി ഞ്ഞു പുറത്തിറങ്ങിയിരുന്നു. ചോറ്, വെജിറ്റബിൾ കറി, മീൻ കറി, ചിക്കൻ, മാങ്ങ, ഉപ്പിലിട്ടത് എന്നിവയാണ് വിഭ വങ്ങൾ. മീൻ വറുത്തെടുത്തതിന് ശേഷമാണത്രെ കറി വെക്കുക. മാങ്ങാ കറിക്ക് നമ്മുടെ കടുമാങ്ങയുടെ സ്വാദ്.

ഊണു കഴിഞ്ഞ് റീസെപ്ഷനിലേക്ക് കടക്കു മ്പോൾ ഞങ്ങളിൽ കുറെപേർ നേപ്പാളി പെൺകുട്ടികളു മായി കമ്പിളി വസ്ത്രങ്ങൾക്ക് വിലപേശുന്നതു കണ്ടു. ബാലൻ മാഷ് ഒരു പൂൾ ഓവർ വാങ്ങി. ഞങ്ങളോട് പറഞ്ഞു: വേണങ്കിൽ വാങ്ങിക്കോളൂ. ക്വാളിറ്റിയുണ്ട്. ആദ്യം വെല്യേ വെല പറയും. ഒടുവിൽ നമ്മൾ പറയുന്ന റേറ്റിനു തന്നെ കിട്ടും.

അല്പനേരം റിസെപ്ഷനിൽ ഇരുന്ന ശേഷം ചെറിയ സംഘങ്ങളായി പുറത്തിറങ്ങി. ഞങ്ങളുടെ സംഘത്തിൽ രംഗനും, പ്രീതിടീച്ചറും, ലളിതയും ഞാനും. കാർമേഘങ്ങളുണ്ട്. മൂടിക്കെട്ടിയ അന്തരീക്ഷം. കുറച്ചു നേരത്തെ പെയ്തൊഴിഞ്ഞ മഴയിൽ നനഞ്ഞു കുതിർന്നു കിടക്കുന്ന നഗരം. ശക്തമായ തണുപ്പും.

ചൗരസ്ത മാത്രമാണ് ഇവിടെ നിരപ്പുള്ള സ്ഥലം. നാലു പ്രധാന റോഡുകൾ സന്ധിക്കുന്ന സ്ഥലം. നെഹ്റു റോഡ്, ഡോ. സക്കീർ ഹുസൈൻ റോഡ്, മാളിന്റെ സൈഡിൽക്കൂടിപോയി ഒബ്സെർവേറ്ററി കുന്നു വലം വെച്ചു മറുഭാഗത്തുകൂടി തിരിച്ചു വന്നു ചേരുന്ന മാൾ റോഡ്.

അരമണിക്കൂർ കഴിഞ്ഞപ്പോഴേക്കും കാർമേഘ ങ്ങൾ മാഞ്ഞുപോയി.

ഡാർജലിംഗ് പർവ്വത ശിഖരങ്ങൾക്ക് മുകളിൽ നിരപ്പാക്കിയെടുത്ത വിശാലമായ ഒരു വിഹാരകേന്ദ്രം. അ താണ് ചൗരസ്ത. ഒരു ഭാഗത്ത് ഇലക്ട്രോണിക് കടകളും, ബാറുകളും, ഭക്ഷണശാലകളും. ഇവിടേക്ക് വാഹന ങ്ങൾക്ക് പ്രവേശനമില്ല. അകലെയുള്ള പർവ്വതനിര കളുടെ ഭംഗി കണ്ടുകൊണ്ട് നടക്കാം. കുട്ടികളെ പോണി കളുടെ പുറത്തിരുത്തി സവാരി ചെയ്യിക്കുന്നത് കാണാം. കൂടെ നടക്കുന്ന അച്ഛനമ്മമാരുടെ ചിരിയും സംസാ രങ്ങളും... പല സ്ഥലങ്ങളിലും ഇരുന്ന് സംസാരിക്കാൻ

ബെഞ്ചുകൾ സ്ഥാപിച്ചിട്ടുണ്ട്. ഞങ്ങളും ഒരുബെഞ്ചിൽ കുറെ നേരം ഇരുന്നു. മാളിന്റെ അപ്പുറത്ത്ഇടതിങ്ങി നിൽക്കുന്ന പൈൻ മരങ്ങൾ കാണാം.

ചൗരസ്ഥയിൽ ഒരു ഭാഗത്ത് രാമായണം നേപ്പാളി യിലേക്ക് തർജ്ജമചെയ്ത ഭാനുഭക്ത ആചാര്യയുടെ സ്വർണ്ണവർണ്ണ പ്രതിമ.

ഡാർജിലിംങ്ങിന്റെ ചരിത്രം തുടങ്ങുന്നത് 1835 ൽ ആണ്. അതുവരെ മനുഷ്യന് അപ്രാപ്യമായ ഒരു ഘോര വനപ്രദേശം. ബ്രിട്ടീഷ് ഈസ്റ്റ് ഇന്ത്യ കമ്പനിക്ക് വേണ്ടി ഗവർണർ ജനറൽ ലോയ്ഡ് പ്രഭു തന്റെ സഹായികൾ മു ഖേന സിക്കിം രാജാവിൽനിന്നും വിലക്ക് വാങ്ങി. പ്രതി ഫലമായി ഒരു തോക്ക്, ഒരു റിവോൾവർ, രണ്ട് ഷാൾ, ഇരുപത് മീറ്റർ പട്ടു തുണി. കൂടാതെ വർഷം തോറും ആറായിരം രൂപ അലവൻസ്.

യൂറോപ്പുമായി താരതമ്യം ചെയ്യുമ്പോൾ ഇന്ത്യൻ സമതലങ്ങളിലെ ചൂട് ബ്രിട്ടീഷുകാർക്ക് അസഹനീയമാ യിരുന്നു. ചൂടിൽനിന്ന് രക്ഷപ്പെടാൻ അവർ ഇന്ത്യയിൽ കുന്നിൻ പുറങ്ങളിൽ സുഖവാസ കേന്ദ്രങ്ങൾ ഉണ്ടാക്കി ഊട്ടിയും, കൊടൈക്കനാലുമൊക്കെ അങ്ങിനെ ഉണ്ടായ താണ്.

1850 ൽ ഈസ്റ്റ് ഇന്ത്യകമ്പനിയും സിക്കിം രാജാ വുമായി നിലനിന്നിരുന്ന ബന്ധങ്ങൾവഷളായി. ഡാർജി ലിംഗിന് ചുറ്റുമുള്ള ഒരുപാട് സ്ഥലം ബ്രിട്ടീഷുകാർ പിടി

ച്ചെടുത്തു. ഡാർജിലിങ്ങിനെ ബ്രിട്ടീഷ് ഇന്ത്യയുടെ വേനൽക്കാല തലസ്ഥാനമാക്കി. ഡാർജലിംങ് എന്നാൽ ഇടിമിന്നലിന്റെ നാട്. ''ഡോർജെ'' എന്ന ടിബറ്റൻ വാക്കിൽനിന്നാണ് ആ പേരിന്റെ ഉത്ഭവം.

ഇന്ന് കാണുന്ന ഈ സുഖവാസ കേന്ദ്രം, ഈ വിശാലമായ വീഥികളും, മണിമന്ദിരങ്ങളും, തേയില തോട്ടങ്ങളും, നാഗരികതയും, പ്രൗഢ്ഢിയുമെല്ലാം, എല്ലാം കാണുന്നവർക്ക്, അതിന്റെ പിറകിൽ ഒന്നര നൂറ്റാണ്ടു കാലത്തോളം തലമുറകളിലൂടെ വിയർപ്പൊഴു ക്കിയ ഒരു ജനവിഭാഗത്തെ, അവരുടെ യാതനകളെ അവ രുടെ ആത്മനൊമ്പരങ്ങളെ അവഗണിച്ചുകൊണ്ട് കടന്നു പോകാനാവില്ല.

സ്വന്തം നാട്ടിൽ മാത്രമല്ല, അഭയംതേടി ചെന്നെ ത്തിയ സ്ഥലങ്ങളെല്ലാം തരം താഴ്ന്ന പൗരന്മാരായി, അടി മകളെപ്പോലെ ജീവിക്കാൻ വിധിക്കപ്പെട്ട ഒരു ജനസമൂഹ മായിരുന്നു നേപ്പാളികൾ.

കേരളത്തിൽ ബംഗാളികളും ഹിന്ദിക്കാരും വന്നു തുടങ്ങിയത് ഈ അടുത്ത കാലത്താണ്. എന്നാൽ എന്റെ കുട്ടിക്കാലം മുതൽ എന്റെ പരിസരത്ത്, വഴിയോര ങ്ങളിൽ, സ്ഥാപനങ്ങൾക്ക് മുൻപിൽ എവിടെയൊ ക്കെയോ അവരുണ്ടായിരുന്നു. പ്രൈപ്രമറി ക്ലാസ്സിൽ പഠി ക്കുമ്പോൾ കണ്ടു മറന്ന ഒരു മുഖമുണ്ട്.

വെളുത്തു വിളറിയ നിറവും, നിറഞ്ഞചിരിയും ചിരിക്കുമ്പോൾ ചെറുതായി വരുന്ന കണ്ണുകളും... മാധവ് സിംഗ് എന്ന ഖോർക്ക.

കൊടുങ്ങല്ലൂരിൽ മാത്രമല്ല കേരളത്തിൽ എല്ലാ ഭാഗത്തും അവരുണ്ടായിരുന്നു. നേപ്പാളി സ്ത്രീകളുടെ കാര്യം എടുത്താലും വളരെ ദയനീയമാണ്. പ്രതിമാസം ആയിരത്തിലേറെ യുവതികളെയാണ് നേപ്പാളിൽനിന്നും അതിർത്തി കടത്തി ഇന്ത്യൻ നഗരങ്ങളിലെ ചുവന്ന തെരു വുകളിൽ വിൽപ്പനക്ക് എത്തിക്കുന്നത്. കൗമാരം കഴി യാത്ത കുട്ടികൾ മുതൽ വിവാഹിതരായ യുവതി കൾവരെ... ശോഭനമായ ഭാവിയും സൗഭാഗ്യങ്ങളും വാഗ്ദാനം ചെയ്ത് അതിർത്തികടത്തി കൊണ്ടുപോകുന്ന ത് പലപ്പോഴും ഇവരുടെ തന്നെ അടുത്ത ബന്ധുക്കളോ, അയൽക്കാരോ മറ്റ് സ്വാധീനമുള്ള വ്യക്തികളോ ആയിരി ക്കും. ഭൂരിഭാഗം പെൺകുട്ടികളും എച്ച്.ഐ.വി. ബാധിച്ചു നരകിക്കുന്നു. ഇനിയുമൊരു തിരിച്ചുപോക്ക് സ്വപ്നം കാണാൻ പോലുമാകാതെ ഈ തെരുവുകളുടെ പിന്നാം പുറങ്ങളിൽ എരിഞ്ഞടങ്ങുന്നു ആ ജീവിതങ്ങൾ.

കുറച്ചു വർഷങ്ങളായി ഡാർജലിംഗ് മേഖലയിലെ ഖോർഖകൾ പ്രത്യേക സംസ്ഥാനത്തിനുവേണ്ടി പ്രക്ഷോ ഭത്തിലാണ്. തികച്ചും ന്യായയുക്തമായ ഒരാവശ്യം. അവ രുടെ മനസ്സ് തൊട്ടറിയാൻ, അവർക്ക് അർഹിക്കുന്ന പരിഗണന നൽകാൻ നമ്മുടെ രാഷ്ട്രീയ നേതൃത്വ ങ്ങൾക്ക് കഴിയാത്തതെന്താണാവേ?

ഡാർജലിംഗ് മാളിൽ ഒന്നു ചുറ്റി കറങ്ങി. കമ്പിളി വസ്ത്രങ്ങൾ വില്ക്കുന്ന കടകളാണ് കൂടുതലും. ഷാളു കൾ, സ്കാർഫ്, ക്യാപ്, സ്വെറ്റർ, ബ്ലാങ്കറ്റ് അങ്ങിനെ എല്ലാം.പ്രീതിടീച്ചറും ലളിതയും എന്തോഫാൻസി സാധന ങ്ങൾ വാങ്ങി. വഴി വിളക്കുകൾ തെളിഞ്ഞുകഴിഞ്ഞിരു ന്നു.

തിരിച്ചുനടക്കുമ്പോൾ          ഒരുതുണിക്കടയുടെ മുൻപിൽ   ഹരിദാസും,   അബ്ദുള്ളയും,   സധൂജനും നിൽക്കുന്നു. ഹരിദാസിന്റെ കയ്യിൽ ഒരു കവർ.

"ഞാനൊരു ഷാൾവാങ്ങി."

അടുത്ത ചായക്കടക്ക് മുൻപിൽ ഇസ്മാലി മാഷ്, പീതാംബരൻ മാഷ്, ബാലകൃഷ്ണൻ മാഷ് എന്നിവർ. വേണുഗോപാൽ     എല്ലാവർക്കും     ചായ     പറഞ്ഞു. ലോകത്തിലെ ഏറ്റവും സ്വാദുള്ള ചായ ഇവിടെയാണെന്ന് പറയുന്നു. പല   രാജ്യങ്ങളിൽ   നിന്നായി   ശേഖരിച്ച തേയില ചെടികൾ ഡാർജിലിംഗ് കുന്നുകളിൽ നട്ടുവ ളർത്തി   ബ്രീട്ടീഷുകാരുടെ   കാലത്ത്   രൂപപ്പെടുത്തിയ തോട്ടങ്ങൾ. ഇത്രയും ഉയരത്തിൽ, അതിയായ തണുപ്പിൽ വളരുന്ന ചായക്ക് വിദേശ മാർക്കറ്റുകളിൽ ഏറ്റവും കൂടു തൽ ആവശ്യക്കാരാണ്. ചായകുടി കഴിഞ്ഞ് എല്ലാരും കൂട്ടത്തോടെ ഹോട്ടലിലേക്ക് നടന്നു.

കോവണി കയറുമ്പോൾ ശാരദ ടീച്ചറുടെ റൂമിൽ നിന്നും ഒരു പഴയ മലയാള ഗാനത്തിന്റെ ഹൃദ്യമായ വരി കൾ പതിഞ്ഞ ശബ്ദത്തിൽ.....

ശാരദടീച്ചർ, ഓമന ടീച്ചർ, സത്യവതി ടീച്ചർ, സിന്ധ ടീച്ചർ എന്നിവരെല്ലാം ഏകാന്ത യാത്രികരായി ട്ടാണ് പങ്കെടുക്കാറുള്ളത്. രാത്രിയിൽ വനിതാ മെമ്പർമാ രെല്ലാം ഒത്തുകൂടുന്നതും ഇവരുടെ കൂടെ.

1960 കളിലും എഴുപതുകളിലും നിറഞ്ഞു നിന്ന യൗവ്വനങ്ങൾ. ആ കാലഘട്ടം ഒരുപാട് പ്രത്യേകതകൾ നിറഞ്ഞതായിരുന്നു. യുവത്വത്തിന്റെ റൊമാന്റിക് ഭാവന കളുണർത്തുന്നരുപാട് സിനിമാഗാനങ്ങൾ. ഭാസ്കരൻ മാഷ്ടെ വരികളും ബാബുരാജിന്റെ സംഗീതവും, അല്ലെ ങ്കിൽ വയലാറിന്റെ വരികളും ദേവരാജൻ മാഷ്ടെ സംഗീ തവും. ആ ഭാവഗീതങ്ങൾരണ്ടുവരികളെങ്കിലും മനസ്സിൽ ഓർത്തു വെക്കാത്തവരാരും ഞങ്ങളുടെ കൂട്ടത്തിൽ ഉണ്ടാകാനിടയില്ല. എല്ലാവരും ആ വർഷങ്ങളിലൂടെ കട ന്നുവന്നവരാണ്. ആ കാലഘട്ടത്തിന്റെ ഭാഗമാകാൻ കഴിഞ്ഞത് ഭാഗ്യമായികരുതുന്നവരാണ്. പാട്ടിന്റെ അനുര ണനങ്ങൾ കുറേകൂടി ഉച്ചത്തിൽ അവിടെയൊക്കെ അലയടിക്കുന്നു. ആ ഈണങ്ങൾ മനസ്സിനെ തൊട്ടു ണർത്തുമ്പോൾ എന്നോ നഷ്ടമായ ഒരു കാലം തിരിച്ചു കിട്ടിയ പോലെ...

# അദ്ധ്യായം – 10

ഈ യാത്രയിലെ പ്രധാന ലക്ഷ്യങ്ങളിൽ ഒന്നായിരുന്നു ഡാർജിലിംഗിലെ സൂര്യോദയം.

കന്യാകുമാരിയിലെ സൂര്യോദയം പോലെയല്ല. ഇവിടെ സൂര്യോദയത്തിൽ തിളങ്ങുന്ന കാഞ്ചൻജംഗ യാണ് പ്രധാനം. മാർച്ച് 12 ന് രാവിലെ അഞ്ചുമണിക്ക് ഞങ്ങൾ റെഡിയായി വണ്ടികളിൽ കയറി. എല്ലാവരും തണുപ്പ് തീരെ തോന്നാതിരിക്കാൻ കമ്പിളി ഉടുപ്പുകളും, തൊപ്പികളും, ഗ്ലൗസുകളും ധരിച്ചിരുന്നു. ചിലർ മുഖം മറ യ്ക്കാൻ ഷാളുകളും ധിരിച്ചു.

ജലദോഷം കാരണം രംഗനും, പ്രീതിടീച്ചർക്കും പങ്കെടുക്കാനായില്ല. അതൊരു നഷ്ടമായി തോന്നി. യാത്രയിൽ കൂട്ടുകാരും ബന്ധങ്ങളുമൊക്കെവിലപ്പെട്ട താണ്. ധൈര്യവുമാണ്. ചൗരസ്തയിൽ ഞങ്ങൾ താമസി ക്കുന്ന ഹോട്ടലിൽനിന്നും പതിനൊന്നു കിലോമീറ്റർ ദൂര മുണ്ട്, ടൈഗർ ഹില്ലിലേക്ക്.

ജീപ്പുകൾ ഹിൽ കാർട്ട് റോഡിൽനിന്നും വീതി കുറഞ്ഞ സെഞ്ചൽ റോഡിലൂടെനീങ്ങി. വളവും തിരിവും നിറഞ്ഞ പരിക്കൻ റോഡ്. കയറ്റമാണ്. ടൈഗർ ഹില്ലിന്റെ

ഏറ്റവും ഉച്ചിയിലുള്ള തിണ്ടിലാണ് വ്യൂ പോയിന്റ്. ഇരു ഭാഗത്തും കുറ്റിക്കാടുകൾ കണ്ടു.പിന്നെ ഉപേക്ഷിക്കപ്പെട്ട ഒരു ടോൾഗറ്റ്. ഇടതുഭാഗത്ത് ഒരു ചെറിയ ക്ഷേത്രം.

കുറെക്കൂടി ചെന്നപ്പോൾ നിരപ്പായ ഒരു സ്ഥലം.വ്യൂ പോയിന്റിൽ തിരക്ക് കൂടിയാൽ സന്ദർശകർ ഇവിടെ നിന്നാണ് ഉദയം കാണുക. ഞങ്ങളുടെ വണ്ടികൾ കുറേക്കൂടി മുന്നോട്ട് പോയി. പിന്നെ ഒരിഞ്ച്പോലും നീങ്ങാൻ പറ്റാതായി. എല്ലാവർക്കും വല്ലാത്ത ആശങ്ക. ഈ ബ്ലോക്ക് മാറി ചെല്ലുമ്പോഴേക്കും സമയം കഴി യും.ഡ്രൈവർ പറഞ്ഞു. ‘‘എല്ലാ വണ്ടികളും സൈഡിൽ ഒതുക്കിയിടാം. നിങ്ങൾ ഇറങ്ങിവേഗം നടന്നോളൂ’’

പ്രായം മറന്നുകൊണ്ട്‌വർദ്ധിച്ച ഉത്സാഹത്തോടെ എല്ലാവരും ആ കുത്തനെയുള്ള മലകയറി.. കുറച്ച് നടക്കുമ്പോഴേക്കും ശ്വാസതടസം തോന്നാറുള്ള പീതാം ബരൻ മാഷ്പോലും ഓടിക്കയറുന്നത് കണ്ടു.

ഇവിടെ സൂര്യോദയം കാണാൻ ഭാഗ്യം കൂടി വേണം. എപ്പോഴാണ്, എവിടെനിന്നാണ് മേഘങ്ങളോ, മൂടൽമഞ്ഞോ വന്നു ആവരണങ്ങൾ തീർക്കുക എന്നറി യില്ല.

ഇസ്മാലി മാഷ് പറഞ്ഞു: ചിലപ്പോൾ കാർ മേഘ ങ്ങളുമുണ്ടാകും. ഒന്നും പറയാൻപറ്റില്ല.

1290 മീറ്റർ ഉയരത്തിലുള്ള വ്യൂ പോയിന്റിൽ എത്തിയപ്പോൾ ചക്രവാളം പ്രകാശിച്ചു തുടങ്ങി. കിഴ

ക്കൻ ഹിമാലയൻ പർവതങ്ങളിലെ ഇരുട്ട് മായുന്നു. കാഞ്ചൻജംഗയുടെ താഴികക്കുടങ്ങൾ ചുവന്നു. പിൻഭാഗത്ത് സൂര്യൻ കുറേശ്ശേ കുറേശ്ശേ തലകാണിച്ചു തുടങ്ങി. ആകാശം കൂടുതൽ പ്രകാശമാനമാകുന്നു. ഉദയ സൂര്യന്റെ ദീപ്തമായ രശ്മികൾ കാഞ്ചൻ ജംഗ സ്വർണ്ണ വർണ്ണം പൂണ്ടു. ഒരു ഭ്രമാത്മക ലോകം......

കാഞ്ചൻജംഗയുടെ അഞ്ചു നിധികുംഭങ്ങളിൽ സ്വർണ്ണം, വെള്ളി... പവിഴമുത്തുകൾ,ധാന്യങ്ങൾ, ദിവ്യ ഗ്രന്ഥങ്ങൾ എന്നിവയാണ് നിറഞ്ഞിരിക്കുന്നത് എന്നാണ് വിശ്വാസം. വ്യൂ പോയിന്റിൽ നിന്നും ഏകദേശം എൺപത് കിലോമീറ്റർ ആണ് കാഞ്ചൻ ജംഗയിലേക്കുള്ള ദൂരം.ഇവിടെനിന്നും 172 കിലോമീറ്റർ ദൂരെ കിടക്കുന്ന എവറസ്റ്റ് കൊടുമുടി ചിലദിവസങ്ങളിൽ കാണാനാകുമെന്ന് പറയുന്നു, കിഴക്കൻ ചക്രവാളം പൂർണ്ണമായും തെളിഞ്ഞു നിൽക്കുന്ന പ്രഭാതങ്ങളിൽ...

ടൈഗർ ഹില്ലിൽ പകൽ വെളിച്ചം പരന്നു.

സന്ദർശകർ കൂടുതൽ പേരും ചുരമിറങ്ങി. ഞങ്ങൾ എല്ലാവരും ഒരു ഖോർഖാ സ്ത്രീ കൊണ്ടുവന്ന ചായ വാങ്ങി കുടിച്ചു.

കുറച്ചു സമയം കൂടി വിശ്രമിച്ചു. പിന്നെ അവരവരുടെ വണ്ടികളിൽ കയറി മലയിറങ്ങി. താഴോട്ടുള്ള യാത്രയിൽ മുപ്പതു മിനുട്ട് കഴിഞ്ഞപ്പോൾ റോക്ക് ഗാർഡനിൽ എത്തി. അരുവിയും, വെള്ളച്ചാട്ടവും, ഭംഗിയിൽ ഒ

രുക്കിയ ചെറിയ പൂന്തോട്ടവും, പുൽതകിടികളും,... പലതും മലഞ്ചെരിവിലെ പാറ ചെത്തി തട്ടുകളാക്കിയ ഭാ ഗങ്ങളിൽ. കൂട്ടത്തിൽ വൃത്തിയുള്ള വിശ്രമസ്ഥലങ്ങളും. വെള്ളച്ചാട്ടത്തിനടുത്ത് നിന്ന് തിരിച്ചുപോരുമ്പോൾ ലളിത ഒരുബഞ്ചിൽ ഇരിയ്ക്കുന്നുണ്ട്. കൂടെ സത്യവതി ടീച്ചറും ഓമന ടീച്ചറും.

സത്യവതി ടീച്ചറുടെ ഭർത്താവ് ധർമ്മൻ എന്നോ ടൊപ്പം ഒരേ കാലഘട്ടത്തിൽ ഒരുമിച്ചു പഠിച്ചിട്ടുള്ളതാണ്. കൊടുങ്ങല്ലൂരിലെ പ്രഗത്ഭരായ ഫോട്ടോഗ്രാഫർമാരിൽ ഒ രാളാണ്. അതുപോലെ സർഗ്ഗാത്മകമായി ഫോട്ടോഗ്ര ഫിയെ പ്രേമിച്ച പ്രതിഭാശാലിയാണ് ജോയ്. ജോയ് മുസി രിസ് ഒരു ചിത്രകാരൻ കൂടിയാണ്. ജോയിയുടെ ദർശന സ്റ്റൂഡിയോ ഒരു കാലത്ത് ചിത്രകാരന്മാരുടെയും ഫോട്ടോഗ്രാഫർമാരുടേയും താവളമായിരുന്നു. കൊടുങ്ങ ല്ലൂരിലേക്ക് കമ്മ്യൂണിസം കൊണ്ടുവന്ന പഴയകാല സഖാ ക്കളും സാഹിത്യകാരന്മാരും ഒരു കാലത്ത്‌ഒത്തുകൂടിയി രുന്നത് ജോയിയുടേയും, പ്രിൻസിന്റേയും, പോളിന്റേയും പിതാവായിരുന്ന ജോൺവൈദ്യരുടെ കിഴക്കേനടയിലെ വൈദ്യശാലയിലായിരുന്നു. പി. ഭാസ്കരന്റെ പല കവി തകളും മൊട്ടിട്ടത് ആ കൂടിച്ചേരലുകളിലായിരുന്നു. ആ രചനകൾ ആദ്യം കണ്ടതും വിലയിരുത്തിയിരുന്നതും സഖാവ് മാത്രമല്ല, സംസ്കൃതപണ്ഡിതൻ കൂടിയായി

രുന്ന ജോൺവൈദ്യർ ആയിരുന്നെന്ന് പറഞ്ഞു കേട്ടിട്ടു
ണ്ട്.'

ദേശാഭിമാനിയുടെ തുടക്കം മുതൽ ആ പത്ര
ത്തിന്റെ പ്രവർത്തനങ്ങളിൽ പ്രധാനപങ്കു വഹിച്ചിരുന്ന
വത്സേട്ടന്റെ വത്സൻ ആർട്ട്സ് കിഴക്കേനടയിൽത്തന്നെ.

1994 ൽ പുലിറ്റ്സർ പ്രൈസ് വാങ്ങിയ കെവിൻ
കാർട്ടർ എന്ന ഫോട്ടോ ജർണലിസ്റ്റിനെ ഓർത്തുപോയി.
1994 ലെ സുഡാനിലെ പട്ടിണിയുടെ ദയനീയ മുഖം ഒപ്പി
യെടുത്തതിന്. ഭക്ഷണം കൊടുക്കുന്ന ഒരു ക്യാമ്പിലേക്ക്
ഇഴഞ്ഞുനീങ്ങുന്ന എല്ലും തോലുമായ കുട്ടിയെ ജീവ
നോടെ      കൊത്തിവലിക്കാൻ      അടുക്കുന്ന      കഴുകന്റെ
ചിത്രം. ആദ്യം ന്യൂയോർക്ക് ടൈംസിൽ വന്നു. ആ
ഒരൊറ്റ ചിത്രം മതിയല്ലോ ഏത് വിശ്വസാഹിത്യ കൃതിയു
ടെയും ഒപ്പം നിൽക്കാൻ.

പക്ഷെ ആ കുട്ടിയെ തനിക്കു രക്ഷിക്കാനായി
ല്ലല്ലോ എന്ന കുറ്റബോധംകൊണ്ട് കെവിൻ ആത്മഹത്യ
ചെയ്തു. മുപ്പത്തിമൂന്നാം വയസ്സിൽ.ഒരു യഥാർത്ഥ കലാ
കാരന്റെ കുറ്റബോധം.

ധർമ്മൻ ഒരുപാട് യാത്രകൾ ചെയ്തിട്ടുള്ളതാണ്.
ഇപ്പോൾ വലിയ യാത്രകളില്ല. ഒതുങ്ങിക്കൂടി. അതു
കൊണ്ട് ടീച്ചർ തനിയെ വരുന്നു.

ഓമന ടീച്ചർ ലളിതയുടെ ബന്ധുവാണ്. ടീച്ചറുടെ
ഭർത്താവ് തമ്പിയോടൊപ്പം ലളിതയും സഹോദരന്മാരും

കളിച്ചുനടന്നിരുന്നു, കുട്ടിക്കാലത്ത്. ടീച്ചർ ഇപ്പോൾ എത്രയോ ബോൾഡായിരിക്കുന്നു. ആത്മാവിനോട് ചേർത്തുപിടിച്ച് കൂടെ നടന്നിരുന്ന പ്രിയപ്പെട്ടൊരാൾ ഒരുദിവസം യാത്രപോലും പറയാതെ ശൂന്യതയിലേക്ക് നടന്നകന്നപ്പോൾ തളർന്നുപോയ മനസ്സിനെ പാകപ്പെടു ത്തിയെടുക്കാൻ സമയമെടുത്തു. പക്ഷെകാലം അതിജീവ നത്തിന് കരുത്തുനൽകി....

പിന്നീട് ഞങ്ങൾ എത്തിയത് ബറ്റാസിയ ലൂപ്പിലാ ണ്. ഡാർജലിംഗ് ഹിമാലയൻ റെയിൽവേയുടെ പ്രധാന പ്പെട്ട ഒരു സ്ഥലമണ് ബറ്റാസിയ. 1871 നും 1881 നും ഇട യിൽ നിർമ്മിച്ച ഹിൽ കാർട്ട് റോഡിന്റെ പണി കഴി ഞ്ഞപ്പോഴാണ് റോഡിന്റെ സമാന്തരമായി ഈ രണ്ടടി മാത്രം വീതിയുള്ള റെയിൽപാത നിർമ്മിച്ചത്.

ന്യൂ ജൽപ്പായ് ഗൂരിയിലെ സമതലങ്ങളിൽ നിന്നും എഴുപത് കിലോമീറ്റർ അകലെ 7407 അടി ഉരത്തി ലുള്ള ഡാർജിലിംഗിലേക്ക് ഗ്രാമങ്ങളിലൂടെ, ചന്തകൾ കട ന്ന്, വനാന്തർഭാഗത്തേക്ക്കയറ്റം കയറിപോകുന്ന ടോയ് ട്രെയിൻ യുണെസ്കോയുടെ പൈതൃക വസ്തുവായി അംഗീകരിച്ചിട്ടുള്ളതാണ്.

ഖൂം സ്റ്റേഷൻ കഴിഞ്ഞാൽ ഡാർജിലിംങ്ങിലേക്ക് ഒമ്പതു കിലോമീറ്റർ.പെട്ടെന്ന് 140 അടി താഴേക്ക് ഓടു മ്പോഴുള്ള ആഘാതം കുറക്കാനാണ് അഞ്ചുകിലോമീറ്റർ എത്തുമ്പോൾ ബറ്റാസിയയിൽ ലൂപ് നിർമ്മിച്ചത്. 1919 ൽ

കമ്മീഷൻ ചെയ്തു. ഇവിടത്തെ വിശാലമായ കർവിലൂടെ കടന്നുവരുന്ന ട്രെയിൻ വട്ടം ചുറ്റി തിരിച്ചു പോകുന്നത് ഒരു ടണലിൽക്കൂടിയാണ്. ആ കാഴ്ച രകസകരമാണ്.

ന്യൂ ജൽ പായ് ഗൂരിയിൽ നിന്നും ഡാർജിലിംങ്ങി ലേക്ക് യാത്ര ഏഴ് മണിക്കൂർ. വനമേഖലയിലൂടെ വനങ്ങളുടെ ഭംഗി ആസ്വദിച്ചുകൊണ്ടുള്ള കുളിർമ്മയുള്ള അനുഭവം. അമേരിക്കൻ എഴുത്തുകാരനായിരുന്ന മാർക്ക് ട്വയൻ തന്റെ ടോയ് ട്രെയിൻ യാത്രയെപ്പറ്റി പരാമർശിക്കു ന്നതിങ്ങനെ: എന്റെ ജീവിതത്തിൽ ശരിക്കും ജീവിച്ചു എന്ന് തോന്നിയ ദിവസം.

സ്വാതന്ത്ര്യത്തിന് ശേഷം വിവിധ യുദ്ധങ്ങളിൽ മരണമടഞ്ഞ ഖോർഖാ ഭടന്മാരുടെ ഓർമ്മയ്ക്കായി നിർമ്മിച്ച വാർ മെമ്മോറിയൽ ഈ സർക്കുലർ ഗാർഡന്റെ നടുക്കാണ് സ്ഥിതി ചെയ്യുന്നത്. ഒരു ഉയർന്ന തറയിൽ ഒരു ഭടൻ സല്യൂട്ട് ചെയ്യുന്നതും കാണാം.

ഗാർഡ്മാർ അവരുടെ ശക്തിയേറിയ ടെലിസ്കോ പ്പുകളുമായി ഒരു ഭാഗത്തു നിലയുറപ്പിച്ചിട്ടുണ്ട്. അകലെ മഞ്ഞുമൂടിയ പർവതനിരകളുടെ സമീപ കാഴ്ചകൾ കാണാൻ. വിനോദ സഞ്ചാരികൾ കൗതുകത്തോടെ നോക്കിക്കണ്ട് ആസ്വദിക്കുന്നുമുണ്ട്.

ജൽപ്പാഹർകുന്നിൻചെരിവിലാണ് ജാപ്പനീസ് പീസ് പഗോഡാ. ജാതിമത വ്യത്യാസമില്ലാതെ, ദേശഭേദമില്ലതെ സമാധാനത്തിനുവേണ്ടി ഏവരും സന്ധിചെയ്യണം. സഹ

കരിക്കണം. അതാണ് പീസ് പഗോടകളുടെ ഉദ്ദേശവും, ലക്ഷ്യവും. ബുദ്ധന്റെ നാല് അവതാരങ്ങൾ, ഒരുപാട് ആരാധനാലയങ്ങൾ, ഒരുപാട് മതപണ്ഡിതർ, മത നേതാക്കൾ, പ്രാർത്ഥന കൊടികൾ, ലാമമാരുടെയും, പുരോഹിതരുടെയും ജീവിതത്തെ കുറിച്ച് അറിയാൻ, പഠിക്കാൻ ഈ പഗോടകളിലൂടെയുള്ള യാത്രകൾ ഉപകരിക്കും.

നഗരത്തിന്റെ ഏത് കോണിൽ നിന്നും ഇവ കാണാം.

ഡാർജലിംഗ് തേയില തോട്ടങ്ങളും, പുഷ്പങ്ങളും, പൂമ്പാറ്റകൾ പാറിപ്പറക്കുന്നതും കാണാൻ മേഘങ്ങൾക്ക് മുകളിലൂടെ ഒരു ആകാശയത്ര, രംഗീത് വാലി പാസ്സെഞ്ചർ കാർ.എട്ടു കിലോമീറ്ററിൽ കൂടുതൽ ദീർഘമുള്ള കേബിൾ കാർ യാത്ര. ഇടക്കുള്ള സ്റ്റേഷനിൽ ഇറങ്ങി ചായ കുടിക്കാം. തേയില തോട്ടങ്ങളിൽ കറങ്ങി നടന്നു തിരിച്ചു സ്റ്റേഷനിൽ വന്നു യാത്ര തുടരാം. സഞ്ചാരികൾ ഏറ്റവും കൂടുതൽ ആസ്വദിച്ചിരുന്ന യാത്രയായിരുന്നു.

2003ഒക്ടോബർ 19 ന് ഒരു ദുരന്തം ഉണ്ടായി. ആറുപേർക്ക് വീതം കയറാവുന്ന മൂന്നു കാറുകൾ കേബിളിൽനിന്നും തെന്നി തെറിച്ചു വീണു. നൂറടി താഴചയിലേക്ക്. നാലു മരണം.നിരവധി പേർക്ക് പരിക്ക്. അതോടെ പ്രവർത്തനം നിർത്തി.പിന്നെ തുറക്കുന്നത്എട്ടു വർഷങ്ങൾക്ക് ശേഷം ഫെബ്രുവരി 2012ൽ ആണ്. പക്ഷെ ദൂര

ത്തിൽ മാറ്റം വരുത്തി. രണ്ടര കിലോമീറ്റർ മാത്രം. റൗണ്ട്
ട്രിപ്പ് അഞ്ചു കിലോമീറ്റർ.

ടൂക്വാർ സ്റ്റേഷനിൽ എത്തിയപ്പോൾ വല്ലാത്ത
ജനതിരക്ക്. മണിക്കൂറുകൾ വൈകും.കേബിൾ കാർ
യാത്ര വേണ്ടെന്നുവച്ചു.

ഇവിടത്തെ മോണാസ്റ്ററികളിൽ പ്രധാനമായതാണ്
ഖും. 15 അടി ഉയരത്തിൽ മൈത്രേയ ബുദ്ധന്റെ പ്രതിമ
തലയെടുപ്പോടെ നിൽക്കുന്നത് കാണാം. ടിബറ്റൻ ആരാ
ധന പ്രകാരം പ്രാർത്ഥനാ കൊടികൾ പാറുന്നു... പ്രദക്ഷി
ണവഴിയിൽ പ്രാർത്ഥനാ ചക്രങ്ങൾ കറക്കി നീങ്ങുന്ന
ഭക്തർ.... ശാന്തി നിറഞ്ഞ, ഭക്തി നിറഞ്ഞ അന്തരീക്ഷം...

ബുദ്ധമത തത്വങ്ങളുടെ കയ്യെഴുത്ത് പ്രതികളുടെ
അപൂർവ്വ ശേഖരങ്ങൾ ഇവിടെയുണ്ടെന്ന് വിശ്വസിക്കു
ന്നു.

ഡാർജിലിംങ്ങിലെ പ്രധാന സ്ഥാപനമാണ് ഹിമാ
ലയൻ മൗണ്ടനീറിങ്ങ് ഇൻസ്റ്റിറ്റ്യൂട്ട്. ജവാഹർ റോഡിൽ
സ്ഥിതി ചെയ്യുന്നു. ഹില്ലാരിയും ടെൻസിങ്ങും 1953 ൽ
എവറെസ്റ്റ് കീഴടക്കിയപ്പോൾ അവരുടെ ഓർമ്മക്കായി
നിർമ്മിച്ചതാണ്. കൊടുമുടികൾ കീഴടക്കാനിറങ്ങുമ്പോൾ
അത്യാവശ്യം കരുതേണ്ട സാധനങ്ങൾ, ഉടുപ്പുകൾ,
ബൂട്ട്സ്, തൊപ്പികൾ എല്ലാം ചിട്ടയായി പ്രദർശിപ്പിച്ചി
ട്ടുള്ളമ്യൂസിയം, പരിശീലകർക്കുള്ള വാസസ്ഥലങ്ങൾ,

കുട്ടികളുടെ ഹോസ്റ്റൽ, റസ്റ്റാറന്റ്, സ്മരണിക സ്റ്റാൾ.....
എല്ലാം ഉണ്ട്.

തൊട്ട് അടുത്ത് തന്നെ പദ്മജ നായിഡു ഹിമാല
യൻ സുവോളജിക്കൽ പാർക്ക്. ഹിമാലയത്തിന്റെ
ഏറ്റവും ഉയർന്ന മേഖലകളിൽ കണ്ടുവരാറുള്ള അപൂർവ
മൃഗങ്ങളാണിവിടെ.ചുവപ്പൻ പാണ്ടകൾ, ടിബറ്റൻ കുറു
ക്കൻ, മഞ്ഞു ദേശത്തെ പുലികൾ.....

തിരിച്ചുപോരുമ്പോൾ വഴിയരികിലെ വലിയ
ഗോളാകൃതിയിലുള്ള പാറയിൽ കയറി പരിശീലനം
നേടുന്ന കുട്ടികൾ. അതു കാണുമ്പോൾത്തന്നെ പർവ്വതാ
രോഹണത്തിന്റെ ക്ലേശങ്ങൾ നമുക്ക് ബോധ്യപ്പെടും.

# അദ്ധ്യായം – 11

14 ന് രാവിലെ തന്നെ ഞങ്ങളെല്ലാവരും തയ്യാറായി. ഡാർജിലിംഗിൽ എത്തിയതിനുശേഷം കുളിക്കാൻ മാത്രമേ ഡ്രസ്സ് മാറിയിട്ടുള്ളു. എപ്പോഴും കമ്പിളിയിൽ പൊതിഞ്ഞുള്ള നടപ്പ്.

പ്രഭാതഭക്ഷണം നല്ല ചൂടുള്ള പൂരിയും., ഉരുള ക്കിഴങ്ങു കറിയും. ആവി പറക്കുന്നഡാർജലിംഗ് ചായ യും.

എട്ടുമണിക്ക് മുൻപേ ഞങ്ങളെല്ലാം പത്തു ജീപ്പുകളിലായി കയറി. ഇസ്മാലിമാഷ് ഏറ്റവും ഒടുവി ലാണ് കയറിയത്. അതോടെ വണ്ടികൾ നീങ്ങി. ഡ്രൈവർമാരെല്ലാം ഘോർഖകൾ. എല്ലാം ചെറു പ്പക്കാർ.അവർ തന്നെയാണ് സഞ്ചാരികളുടെ വഴികാട്ടിക ളും. ആ യാത്രയിലും എനിക്ക് ജീപ്പിന്റെ മുൻവശത്തു ഇരിക്കാൻ ഭാഗ്യം കിട്ടി. ഹരിതാഭമായ മലകളും ഇട തൂർന്നു വളരുന്ന കാടുകളും ഒരുഭാഗത്ത്.. പൂപ്പൽ നിറഞ്ഞ പാറക്കെട്ടുകളും, വൻമരങ്ങളുടെ ഉന്തി നിൽക്കുന്ന വേരുകളും മറുഭാഗത്ത്... വീണ്ടും മുന്നോട്ട് പോകുമ്പോൾ മൂടൽമഞ്ഞിന്റെ സുതാര്യമായ ആവരണ

ങ്ങളിൽ ഒളിക്കാൻ വെമ്പുന്ന അരുവികളും, താഴ് വരക

ളും...

രണ്ട് മണിക്കൂർ കൊണ്ട് ഞങ്ങൾറങ്ക് പോയിലെ

ത്തി.ഡാർജിലിംഗിൽ നിന്നും 59 കിലോമീറ്റർ ദൂരം.

അവിടെ വണ്ടികൾ നിർത്തി. വഴിയരികിലുള്ള ഒരു

ചെറിയ കടയിൽനിന്നും ചൂടോടെ ചായ കുടിച്ച് യാത്ര

തുടർന്നു.

മലയോരത്തെ അടുത്തപട്ടണമാണ് സിങ്ട്ടം.

അവിടം മുതൽ ടീസ്റ്റ നദി ഞങ്ങളോടൊപ്പമുണ്ട്. മരതക

നിറമുള്ള ജലപ്രവാഹം താഴേക്ക്. ഞങ്ങളുടെ യാത്ര മുക

ളിലേക്ക്...

റ്റീസ്റ്റയെപ്പറ്റി ഡ്രൈവർ വിവരിച്ചു. സമുദ്ര നിര

പ്പിൽനിന്നും 7068 മീറ്റർ ഉയരത്തിലുള്ളപാഹുൻറി എന്ന

ഹിമ പർവ്വതത്തിൽനിന്നും ഉത്ഭവം. മലയിടുക്കുകളിലൂടെ

അതിവേഗത്തിൽ ആർത്തലച്ചു ശീതോഷ്ണ മേഖലകൾ

കടന്ന് ഒഴുകിയെഴുകി ബംഗാളിന്റെ സമതലങ്ങളെ

ഈർപ്പമണയിച്ചതിനുശേഷം ബംഗ്ലാദേശിലേക്കു കടന്ന്

ബ്രഹ്മപുത്രയിൽ അലിയുന്നു.

മൺസൂൺ കാലത്ത് ഭീകര രൂപം പ്രാപിച്ച് ഭീതി

പരത്തുന്ന നദി.... വേനൽക്കാലത്ശാന്തമായൊഴുകി,

നേർത്തു നേർത്ത് മണൽതീരങ്ങൾക്കിടയിലൂടെ ഒരു

അരുവിയുടെ ലാളിത്യം കൈവരിക്കുന്നു... മത്സ്യകച്ചവട

ക്കാർ, കൃഷിക്കാർ, വഞ്ചിക്കാർ അങ്ങിനെ ഒരുപാട് ജന

ങ്ങൾ ഈ ജലപ്രവാഹത്തെആശ്രയിച്ചു ജീവിച്ചുവരു
ന്നു...

നദിയുടെ കുത്തൊഴുക്കിൽ നിരവധി തട്ടുകളി
ലായി നിർമ്മിച്ച വൈദ്യുതി നിലയങ്ങളുടെ നീണ്ട നിര
തന്നെയുണ്ട്. ആകെ ഉൽപ്പാദന ശേഷി 84 ജിഗാ വാട്ട്.
പരിസ്ഥിതിവാദികളുടെ എതിർപ്പുകൾമറികടന്ന് ഇനിയും
ഒരുപാട് പദ്ധതികൾ വരാനിരിക്കുന്നു...

ടീസ്റ്റയിലെ ഓരോ തുള്ളി വെള്ളവും പരമാവധി
ജനങ്ങൾക്ക് വേണ്ടി പ്രയോജനപ്പെടുത്തുന്നു. അതു
മൂലം പ്രത്യേകിച്ചു എന്തെങ്കിലും പാരിസ്ഥതിക പ്രശ്ന
ങ്ങൾ ഉള്ളതായി അറിയില്ല.

സിൻഗാം, രാണിപ്പോൾ, ടാടോങ് എന്നീ ചെറുപ
ട്ടണങ്ങൾ പിന്നിട്ട് ഉച്ചതിരിഞ്ഞു മൂന്നു മണിയോടെ
ഞങ്ങൾ ഗാങ്ടോകിൽ എത്തി. പാൽജോർ സ്റ്റേഡിയം
റോഡിൽ ഹോട്ടൽ ഡ്യൂ പോണ്ട്...

ഹോട്ടൽ ബോയ്സ് ചിരിച്ചുകൊണ്ട് ഭവ്യതയോ
ടെ ഞങ്ങളെ സ്വീകരിക്കാൻ എത്തി. ഇസ്മാലിമാഷ്
ഓരോ ഫാമിലിക്കുമുള്ള താക്കോലുകൾ കൈ മാറി.
ഞങ്ങൾക്കുള്ള മുറി രണ്ടാം നിലയിലായിരുന്നു..ഘോർഖ
കുട്ടികൾ ലഗ്ഗേജ് എല്ലാം ഓരോ മുറികളിലെത്തിച്ചു.
റിസ്പഷൻ സ്റ്റാഫ് വിരുന്നുകാരോട് എന്നപോലെയാണ്
പെരുമാറിയത്. അത്രക്ക് ഊഷ്മളമായ സ്വീകരിണം.

കൈകഴുകി താഴത്തെ നിലയിലെ ഭക്ഷണ ശാല യിലെത്തിയപ്പോഴേക്കും കുട്ടികൾ ഉത്സാഹത്തോടെ ഞങ്ങൾക്ക് ഭക്ഷണം വിളമ്പാൻ എത്തി. ചോറ്, ചിക്കൻ, ഫിഷ്, പച്ചക്കറി കൂടാതെ തൈരും. നല്ല വിശപ്പുണ്ടായിരു ന്നു. എല്ലാരും സ്വാദോടെ ഭക്ഷണം കഴിച്ചു.അഞ്ചു മ ണിക്ക് ശേഷം ഞങ്ങൾ ചെറിയ ചെറിയ സംഘങ്ങൾ ആയി പുറത്തിറങ്ങി. ഗേറ്റ് കടന്ന് സ്റ്റേഡിയം റോഡിൽക്കൂടി വലത്തോട്ട് നടന്നു. കുറച്ചുദൂരം ചെന്ന പ്പോൾ പീതാംബരൻ മാഷും ഭാര്യയും, സിന്ധടീച്ചറും വിശ്രമിക്കുന്നത് കണ്ടു. കയറ്റമാണ് മാഷ് ശ്വാസം മുട്ടുള്ള ആളാണ്. സിന്ധ ടീച്ചർക്കാണെങ്കിൽ തടി കൂടുത ലും. അവർ സാവകാശം വന്നുകൊള്ളാമെന്ന് പറഞ്ഞു. എത്ര ബുദ്ധിമുട്ടിയാലും അവർക്ക് യാത്രകൾ ഇഷ്ടമാണ്. സ്ഥലങ്ങൾ നടന്നു കണാൻ കൗതുകമാണ്. ഇവിടെ കൂട്ടം തെറ്റുന്ന പ്രശ്നമില്ല. ഏതുവഴിക്കു പോയാലും എത്തിച്ചേ രുന്നത് ഒരേ സ്ഥലത്ത്. ഫ്ലൈ ഓവർ കടന്ന് ഞങ്ങൾ ഗാന്ധിമാർഗ്ഗിൽ പ്രവേശിച്ചു. വിശാലമായ റോഡ്. ഗാങ്ടോക്കിന്റെ കേന്ദ്രമായി കണക്കാക്കപ്പെടുന്നത് ഇവി ടെയാണ്. റോഡിന്റെ നടുവിൽ മഹാത്മാഗാന്ധിയുടെ പ്ര തിമ.. ഇവിടേയ്ക്ക് വാഹനങ്ങൾക്ക് പ്രവേശനമില്ല... ഡാർജിലിംഗിലെ ചൗരാസ്ത പോലെ.. ഈ അവന്യൂ ചതുരത്തിൽ നാട്ടുകാരും, സഞ്ചാരികളും സായാഹ്നങ്ങൾ ചെലവിടാനെത്തുന്നു. വിശാലമായ റോഡിന്റെ രണ്ട്

ഭാഗത്തും ധാരാളം കടകൾ, ഭക്ഷണശാലകൾ, മദ്യശാല കൾ. ഒരു ഉത്സവ സ്ഥലംപോലെ തോന്നി. അവിടെ നിര വധി ഇരിപ്പിടങ്ങളിലൊന്നിൽ ഞങ്ങളും ഉരുന്നു. രംഗൻ ക്യാമറയിൽ കുറെ ഫോട്ടോകൾ എടുത്തു.

ഇന്ത്യയിലെ ഏറ്റവും വൃത്തിയുള്ള സംസ്ഥാനം സിക്കം ആണ്. വൃത്തിയുള്ള ജനങ്ങളും. നൂറു ശതമാനം പ്ലാസ്റ്റിക് മുക്തം. ചപ്പു ചവറുകളില്ലാതെ വീടും പരിസ രവും വൃത്തിയായിസൂക്ഷിക്കാൻ കുട്ടികൾവരെ ശ്രദ്ധി ക്കുന്നു. കൃഷിചെയ്യാൻ ജൈവ വളങ്ങൾ മാത്രം. എല്ലാ വീടുകളിലും ടോയ്ലെറ്റ് ഉണ്ട്. തിരഞ്ഞെടുപ്പിൽ മത്സരി ക്കണമെങ്കിൽ അല്ലെങ്കിൽഒരു സർക്കാർ ലോൺ ലഭി ക്കാൻ വീട്ടിൽ ടോയ്ലറ്റ് നിർബന്ധമാണ്. സ്കൂൾ ക്ലാസ്സു കളിൽ പഠിക്കാൻ തുടങ്ങുന്നത് മുതൽ വേണ്ടത്ര അവ ബോധം സൃഷ്ടിക്കാനുള്ള പ്രായോഗിക സംവിധാന ങ്ങൾ.... നാലാൾ കൂടുന്നട്ത്തൊക്കെപെരിസര ശുചീകര ണത്തിന്റെപ്രാധാന്യം വെളപ്പെടുത്തുന്ന പരസ്യ വാച കങ്ങൾ.... അവരുടെ വ്യക്തി ശുദ്ധിയുടെ, കാര്യത്തിലും സ്വഭാവ രൂപീകരണത്തിലും ആ പാഠങ്ങൾ, ആ പര സ്യങ്ങൾ ഒരുപാട് സ്വാധീനം ചെലുത്തുന്നുണ്ട്.

ടിബറ്റിൽ നിന്ന് വന്ന ചോഗ്യാൽ രാജകുടംബ മാണ് മൂന്നര നൂറ്റാണ്ടോളം സിക്കം ഭരിച്ചിരുന്നത്. ബ്രിട്ടീ ഷുകാരോട് ഏറ്റുമുട്ടലിന് നിൽക്കാതെ അവർക്ക് കപ്പം കൊടുത്തുകൊണ്ട് അവരുടെ സംരക്ഷണയിൽ നാട് ഭരി

ച്ചു. നമ്മുടെ തിരുവിതാംകൂറും, കൊച്ചിയുമൊക്കെ അത്ത രത്തിൽ ബ്രിട്ടീഷ് ആധിപത്യത്തിന് വഴങ്ങി നിന്നുകൊണ്ട് രാജ്യം ഭരിച്ചിട്ടുള്ളതാണ്. അതുകൊണ്ടാണ്തൊള്ളാ യിരത്തി തൊണ്ണൂറ്റൊമ്പത് വർഷങ്ങൾ പ്രാബല്യമുള്ള മുല്ല പെരിയാർ അണക്കെട്ടിന്റെ കരാർ അനുസരണ യുള്ള കുട്ടിയെപ്പോലെ തമ്പുരാൻ ഒപ്പിട്ടതും പിന്നീട് പ്രാബല്യത്തിലായതും. ജന നന്മക്കുവേണ്ടിയുള്ള പദ്ധതി കൾ കണ്ടെത്താനും തിരഞ്ഞെടുക്കാനും അതീവ താല്പര്യം കാണിച്ചിരുന്ന ഭരണാധികാരികളും തിരുവി താംകൂറിലുണ്ടായിരുന്നു.അധികാരി വർഗ്ഗത്തിന്റെ സേവ കരായിരുന്ന ചരിത്രകാരന്മാരുടെ കാഴ്ചപ്പാടുകു ളിൽനിന്ന് വ്യത്യസ്തമായി മനു എസ്. പിള്ളെ ചരിത്രത്തിന്റെ സത്യസന്ധമായ ചില നേർക്കാഴ്ച കൾനമ്മെ കാട്ടിതരുന്നു...

കിളിമാനൂർ കൊട്ടാരത്തിൽനിന്നും തിരുവിതാംകൂ റിന്റെ ദത്തുപുത്രിയായി വന്നെത്തിയ പൂരാടം തിരുനാൾ സേതുലക്ഷ്മിഭായ് രാജഭരണത്തിന്റെ ജനകീയ മുഖമായി രുന്നു. 1924 മുതൽ 1931 വരെ ഏഴുവർഷം റീജന്റ് ആയി ഭരിക്കാനുള്ള അവസരം വീണുകിട്ടിയപ്പോൾഅതു ജനന ന്മക്കുവേണ്ടിതന്നെ ഉപയോഗിച്ച പ്രഗത്ഭയായ ഭരണാധി കാരി. വൈക്കം സത്യാഗ്രഹത്തിന് ധാർമ്മിക പിന്തുണ കൊടുത്തുകൊണ്ട് ക്ഷേത്ര പ്രവേശന വിളംബരത്തി നുള്ള വഴിയൊരുക്കിയ ഈ തമ്പുരാട്ടി തന്നെയാണ് കേര

ളത്തിന്റെ സാമൂഹ്യ വിപ്ലവത്തിന് തിരികൊളുത്തിയത്. കെ.എസ്.ആർ.ടി.സി., ഫാക്ട്, കേരള യൂണിവേഴ്സിറ്റി തുടങ്ങി ഒരുപാട് പദ്ധതികളുടെ രൂപരേഖ ഗർഭഗൃഹ ത്തിൽ ഒരുക്കിവെച്ചുകൊണ്ടാണ് സേതുലക്ഷ്മിഭായ് പടി യിറങ്ങിയത്.      ഗാന്ധിജിപോലും      അത്ഭുതപ്പെട്ടിട്ടുണ്ട്. ഇങ്ങിനെയും ഒരു റാണിയോ? ആർഭാടങ്ങളില്ലാതെ, ആട യാഭരണങ്ങളില്ലാതെ ലളിത ജീവിതം നയിക്കുന്ന തമ്പുരാ ട്ടി. ഗാന്ധിജിയെ ആദരവോടെ കണ്ടിരുന്ന, ശ്രീനാരായണ ഗുരുവിനെ ആരാധിച്ചിരുന്ന മഹാറാണി......

ഇളയറാണി സേതു പാർവ്വതി ഭായിയുടെ വികല മായ ബുദ്ധിയിൽ ഉയർന്നുവന്ന ആശയമായിരുന്നു മകൻ ചിത്തിര തിരുന്നാളിന്റെ കഴിവില്ലായ്മ മറച്ചുപിടിക്കാൻ ഒരു മിടു മിടുക്കനായ ദിവാൻ... സർ സി.പി.രാമസ്വാമി യെന്ന അസുരബുദ്ധി തിരുവിതാംകൂറിനും.. ചിത്തിര തിരുന്നാളിനും ഉണ്ടാക്കിയ പേരുദോഷം കുറച്ചൊന്നുമല്ല. പുന്നപ്രയിലും, വയലാറിലും രക്തക്കളം തീർത്ത, ആയി രത്തിലധികം തൊഴിലാളികളെ കൊന്നൊടുക്കി ഭീതി യുടെ ചുടുകാടുകൾ തീർത്ത സി.പി. ഒടുവിൽ സ്വന്തം ജീവൻ രക്ഷിക്കാനായി മുറിഞ്ഞ മൂക്കുമായി മൈലാപൂരി ലേക്ക് ഓടിയൊളിക്കേണ്ടിവന്നതും ചരിത്രം.

ഇന്ത്യയ്ക്ക് സ്വാതന്ത്ര്യം കിട്ടിയിട്ടും സിക്കിമിലെ ചോഗ്യാൽ രാജഭരണം തുടർന്നു. ഭരണം പിടിച്ചെടുക്കണ മെന്ന അഭിപ്രായമായിരുന്നു സർദാർ പട്ടേലിനും, മറ്റ്

കോൺഗ്രസ്സ് നേതാക്കൾക്കും. നെഹ്റു മാത്രം എതിർത്തു.

നെഹ്റുവിന്റെ കാലശേഷം 1974 ൽ ഇന്ത്യൻ പട്ടാളം ചോഗ്യ്യാലിന്റെ കൊട്ടാരത്തിലേക്ക് മാർച്ച് ചെയ്തു. ഉഭയസമ്മത പ്രകാരം 1975 ൽ ഹിത പരിശോധന. എൺപത് ശതമാനം പേരും ഇന്ത്യൻ യൂണിയന്റെ ഭാഗമാകാൻ താല്പര്യം കാണിച്ചു. അങ്ങിനെയാണ് സിക്കിം ഇന്ത്യക്ക് സ്വന്തമായത്.

റോഡരികിലെ വിക്ടോറിയൻ ലാമ്പുകൾ പ്രകാശിച്ചു. എങ്ങും വെളിച്ചം പരന്നു. ഞങ്ങൾ കുറച്ചുനേരം കൂടി ചുറ്റി നടന്നു. ഗോവ സംസ്ഥാനത്തേക്കാൾ വലിപ്പ മുണ്ട് സിക്കിമിന്. ഇരുപത്തഞ്ചു ശതമാനം സ്ഥലവും കാഞ്ചൻ സോങ്കോ ദേശീയ ഉദ്യാനമാണ്. പലതരം വൃക്ഷങ്ങളും വനങ്ങളും കുറ്റിക്കാടുകളും നിറഞ്ഞ പ്രദേശമായതിനാൽ 81 ശതമാനം സ്ഥലങ്ങളും വനസംരക്ഷണ വകുപ്പിന്റെ നിയന്ത്രണത്തിലാണ്. യാക് ആണ് വളർത്തു മൃഗം. ഇവയുടെ പാലും ഇറച്ചിയുംഉപയോഗിക്കാം. നമ്മുടെ എരുമയേക്കാൾ വലിപ്പമുണ്ട്.നെറ്റിയിൽ വെൺ ചാമരത്തിന്റെ നിറമുള്ള രോമങ്ങൾ.. വിവിധമതങ്ങൾ, ജാതികൾ, സംസ്കാരങ്ങൾ, എല്ലാം ഒരുമിച്ച് ചേർന്ന് പോകുന്നകോസ്മോ പൊളിട്ടൻ കൾചർ. ലെപ്ചകളും, ബൂട്ടിയകളും, നേപ്പാളികളുമാണ് ഇവിടുത്തെ പ്രധാന വിഭാഗങ്ങൾ. സിക്കിമിന്റെ യഥാർത്ഥഅവകാശികൾ

ലെപ്ചകളാണ്. പർവതങ്ങൾ, വനങ്ങൾ, നദികൾ, എന്നീ പ്രപഞ്ചശക്തികളെ ആരാധിക്കുന്നവർ. അവർക്ക് ദേവാല യങ്ങളില്ല. ആരാധനാമൂർത്തികളായ ദേവന്മാരുമില്ല. പതി നഞ്ചാം നൂറ്റാണ്ടിന് ശേഷം ടിബറ്റിൽനിന്നും കുടിയേറി വന്നവരാണ് ഭൂട്ടിയകൾ. അവർ കൂട്ടംകൂട്ടമായി വന്നു, കണ്ടു കീഴടക്കി... പിന്നീട് സിക്കിമിലെ സ്വാധീനമുള്ള ജനവിഭാഗമായി മാറി. നേപ്പാളികളിൽ ഭൂരിപക്ഷംപേരും ഹിന്ദുക്കളാണ്. ബാക്കി ബുദ്ധമതക്കാരും.

ബ്രിട്ടീഷുകാരുടെ സംരക്ഷണത്തിൽ കഴിഞ്ഞു പോന്നിരുന്നതിനാൽ സ്വാതന്ത്ര്യസമരത്തിന്റെ ചൂടറി യാത്ത സ്ഥലമായിരുന്നു. എങ്കിലും ഗാന്ധിജിയുടെ സന്ദേശങ്ങൾക്ക് ചെവിയോർത്തുകൊണ്ട് വടക്കൻ ബംഗാളിലും, സിക്കിമിലും ബ്രിട്ടീഷുകാർക്കെതിരെ മുദ്രാ വാക്യങ്ങൾ ഉയർത്തികൊണ്ട് തികഞ്ഞ ഗാന്ധിഭക്തനായ ഒരു സിക്കിം പൗരനുണ്ടായിരുന്നു... ത്രിലോകൻ പോ ഭ്രെൽ.

കൊടുങ്ങല്ലൂരിലും മണപ്പുറത്തും സ്വാതന്ത്ര്യ സമ രത്തിന്റെ ചൂടേറിയപ്രക്ഷോഭ സമരങ്ങൾക്ക് മുമ്പിൽ പ്രസ്ഥാനത്തിന്റെ അമരക്കാരനായ ഒരു നേതാവുണ്ടായി രുന്നു.ശിഷ്യന്മാരെ തക്ലിയും, ചർക്കയും ഉപയോഗിക്കാൻ പഠിപ്പിച്ച, ഗാന്ധിമാർഗ്ഗത്തിലൂടെയുള്ള ജീവിതം പഠിപ്പിച്ച നേതാവ്... ജാതിമത വേർതിരിവുകളില്ലാതെ എല്ലാ വരേയും ഒരേ പന്തിയിലിരുത്തി ഭക്ഷണം വിളമ്പി ചരി

ത്രം തിരുത്തിയ വിപ്ലവകാരി.. വൈകുന്നേരങ്ങളിൽ, ഖാദി ധരിച്ചു, ഗാന്ധി തൊപ്പിയണിഞ്ഞു, ത്രിവർണ്ണപതാകയു മേന്തി തൊണ്ടപൊട്ടുമാറുച്ചത്തിൽ മാതൃഭൂമിക്ക് ജയ് വിളിച്ചുകൊണ്ടു തെരുവോരങ്ങളിലൂടെകടന്നുപോകുന്ന സായാഹ്ന ഭേരി.. പടനയിക്കുന്ന സേനാനിയെപോലെ മുന്നിൽ നടന്നൊരാൾ... നന്ത്യേലത്തു പദ്മനാഭമേനോൻ. തൃപ്രയാർവെച്ച് നടത്തിയ ഒരു പൊതുയോഗത്തിൽ അദ്ദേഹത്തിന്റെ സ്വാഗത പ്രസംഗം കേട്ട രാജാജി അത്ഭു തത്തോടെ ചോദിച്ചു.. ഇത്രയ്ക്കു അറിവും കഴിവുമുള്ള അങ്ങ് എന്തുകൊണ്ട് ദേശീയ രാഷ്ട്രീയത്തിലേക്ക് വ ന്നില്ല? എനിക്ക് അത്ഭുതം തോന്നുന്നു.. ഇനിയും ഇവിടെ ഒതുങ്ങിക്കൂടരുത്. വരണം ദേശീയ രംഗത്തേക്ക്. ഭാരിച്ച കുടുംബസ്വത്ത് പൂർണ്ണമായും സമൂഹത്തിന് വേണ്ടി ചിലവിട്ടപ്പോൾ അടുത്ത തലമുറക്ക് കൈമാറാൻ കാര്യ മായി ഒന്നുമുണ്ടായില്ല. അദ്ദേഹത്തിന്റെ ശിഷ്യന്മാർ കഴി വുറ്റ നേതാക്കൾ ആയി. അതിലേറെ പേരും കമ്മ്യൂണി സ്റ്റ്കാരായി.പക്ഷെ അവരാരും ഖാദി കൈവിട്ടില്ല ഗാന്ധി യെയും. ശ്രീ വി.വി.കൃഷ്ണൻമാസ്റ്റർ തന്റെ രാഷ്ട്രീയ ഗുരുവിന്റെ ചരിത്രമെഴുതാൻ ഒരുപാട് ആഗ്രഹിച്ചിരുന്നു. എന്തുകൊണ്ടോ നടക്കാതെപോയി.

കൊടുങ്ങല്ലൂരിലെ സഹൃദയലോകം ഓർത്തു വെക്കാൻ മറന്നുപോയ പേരാണ് പദ്മനാഭ മേനോന്റേത്.

മുസിരിസ് പൈതൃക പദ്ധതിയിൽ പ്രാമുഖ്യത്തോടെ രേഖപ്പെടുത്താൻ വിട്ടുപോയതും...

(ശ്രീ പി. ഭാസ്കരന്റെ പിതാവായിരുന്നു ശ്രീ. പത്മനാഭമേനോൻ)

# അദ്ധ്യായം – 12

രാവിലെ 9 മണിക്ക് ഗാങ്ടോക്കിലും, പരിസരത്തുമുള്ള പ്രധാനപ്പെട്ട ചില സ്ഥലങ്ങൾകാണാനിറങ്ങി. ഹിമാലയൻ പർവതനിരകളോട് ചേർന്ന് സ്ഥിതി ചെയ്യുന്ന സിക്കിം പലപ്പോഴും മൂടൽമഞ്ഞിൽ മറഞ്ഞുകിടക്കും. അല്ലെ ങ്കിൽ മേഘങ്ങളിൽ, ചിലപ്പോൾ കാർ മേഘങ്ങൾ വന്നുമൂ ടും.

ഇന്ത്യക്കും ടിബറ്റിനുമിടയിൽ വ്യാപാരം നടത്തി യിരുന്നവർ ഇടത്താവളമായി ഉപയോഗപ്പെടുത്തിയിരു ന്നത് ഈ നഗരത്തെയാണ്. എന്നാൽഇന്നു ഇതൊരു പ്രമുഖ വ്യാപാര കേന്ദ്രമാണ്. അതോടൊപ്പം ഒരു പ്രധാന വിനോദ സഞ്ചാരകേന്ദ്രവും.

കുന്നുകൾക്കു മുകളിലും, താഴ്വരകളിലും ചിത റിക്കിടക്കുന്ന അറുപതോളം ബുദ്ധവിഹാരങ്ങൾ ഇവിടെ യുണ്ട്. ഇവ സിക്കിമിന്റെ ആദ്ധ്യാത്മിക മണ്ഡലം മുഴുവൻ വ്യാപിച്ചുകിടക്കുന്നതായി കാണാം. ഹിന്ദു ക്ഷേത്രങ്ങളുമുണ്ട്.

ഡോ–ദ്രുൾ ചോർട്ടൻ എന്ന ടിബറ്റൻ ബുദ്ധ വി ഹാരം ഗാങ്ടോക്കിൽനിന്നും 11 കിലോമീറ്റർ അകലെയാ

ണ്. വലിപ്പമേറിയ ഈ സ്മാരകം ഒരു കുന്നിൻമുകളിലാ ണ്. ഗുരു റംബോച്ചെയുടെ പ്രതിമയും 108വലിയ പ്രാർത്ഥനാ ചക്രങ്ങളുമാണ് ഇവിടുത്തെ പ്രത്യേകത. ബുദ്ധമത വിശ്വാസികൾ ദൈവവിശ്വാസികളല്ല. പക്ഷെ ആത്മീയത കൈവിടാത്തവരാണ്. ബുദ്ധനെ പോലും അവർ ആരാധിക്കുകയല്ല ചെയ്യുന്നത്.ബുദ്ധൻ അവർക്ക് ഇഷ്ടസങ്കല്പമാണ്.

എഞ്ചി, റൂംടെക് എന്നിവയും പ്രധാന ബുദ്ധവി ഹാരങ്ങളിൽ പെടും. ശബരിമലയും, കൊടുങ്ങല്ലൂർ ക്ഷേ ത്രവുമെല്ലാം ഒരുകാലത്ത് ബുദ്ധവിഹാരങ്ങൾ ആയിരു ന്നുവെന്ന് ഹിന്ദുദിനപ്പത്രത്തിൽ പ്രസിദ്ധീകരിച്ചരാജീവ് ശ്രീനിവാസന്റെ ഒരു ഗവേഷണ ലേഖനത്തിൽ വായിച്ച തോർക്കുന്നു.. മകര വിളക്കിനെ പൊട്ടാലക്ക എന്നും പറ യാറുണ്ട്. ലാസയിലെ ദലൈലാമയുടെ മഞ്ഞുകാലത്തെ കൊട്ടാരവും പൊട്ടാല എന്ന് അറിയപ്പെടുന്നു. ഈ സാദൃശ്യം വെറും യാദൃശ്ചികമാകാനിടയില്ല. സംസ്കൃതം നിഘണ്ടുവായ അമരകോശത്തിൽ ധർമ്മ ശാസ്താ എന്നാൽ ഗൗതമ ബുദ്ധന്റെ18പര്യായ പദങ്ങളി ലൊന്നാണ്. മാത്രമല്ല അയ്യപ്പ ഭക്തരും ശരണം വിളിക്കു ന്നു. ബുദ്ധമത വിശ്വാസികളും ശരണമന്ത്രങ്ങൾ ഉരുവിടുന്നു.

ദലൈലാമയുടെ ആയിരം മുറികളും, വാസസ്ഥല വും, മ്യൂറൽ പെയിന്റിംഗുകളും, പ്രാർത്ഥനാലയങ്ങളും

അടങ്ങുന്ന വിന്റർ പാലസ് 1956 മുതൽ ഒരു മ്യൂസിയമാ
ണ്. യുനെസ്കോ അംഗീകരിച്ച പൈതൃക സ്ഥലവും.

മഹാബലിയുടെയും വാമനന്റെയും കഥ പറയു
മ്പോൾ സവർണ്ണ ഹിന്ദു മേധാവികൾഅവർണ്ണരോടു മാ
ത്രമല്ല ബുദ്ധമതത്തോടും നന്മ നിറഞ്ഞ ആ ഭരണ
ത്തോടും കാണിച്ച അസഹിഷ്ണുതയും, ക്രൂരതയും പ്ര
തീകങ്ങളായി നമ്മുടെ മുമ്പിലുണ്ട്. വന്നു പോകുന്ന
ഓരോ തിരുവോണവും നമുക്കുള്ള മുന്നറിയിപ്പുകൾ
കൂടിയാണ്.

കൊടുങ്ങല്ലൂരിലെ ബുദ്ധവിരോഹത്തിൽനിന്നും
പൊതുവെ ശാന്തരും സൗമ്യരുമായ ബുദ്ധഭിക്ഷുക്കളെ
തെറിപ്പാട്ട് പാടി, പരിഹസിച്ച് അടിച്ചൊടിച്ചു എന്ന് പറയു
ന്നത് ചരിത്രമാണോ, ഇതിഹാസമാണോ എന്നറിയില്ല.
പൊട്ടിതകർന്ന ടെറാ കോട്ടാ കഷണങ്ങളും, കരിങ്കല്ലിൽ
തീർത്ത കൊത്തുപണികളുടെ അവശിഷ്ടങ്ങളും കാണു
മ്പോൾ, ഏതോ പഴയ കാല ചരിത്രം ഇവിടെ കുഴിച്ചുമൂ
ടപ്പെട്ടു കിടപ്പുണ്ടെന്ന തോന്നലുണ്ടാക്കുന്നുണ്ട്. ചരിത്രം
അടിക്കടി മാറ്റിയെഴുതിക്കൊണ്ടിരുന്ന ഒരു കാലഘട്ടത്തി
ലൂടെയാണല്ലോ നാം ഇപ്പോൾ കടന്ന് പോകുന്നത്.

സംഗ കാലഘട്ടത്തിൽനൂറ്റിനാൽപ്പത്തിയഞ്ചോളം
കവികൾ എഴുതിയ ആകാനാനൂരിൽ മുസിരിസിന്റെ,
മുസിരിസ് തുറമുഖ നഗരത്തിന്റെകഥപറയുന്നുണ്ട്.
മോസപ്പേട്ടേ മിയക്കാർ, യവനർ തുടങ്ങിയ പശ്ചാത്യർ...

കാറ്റിന്റെ ഗതി അനുകൂലമാകുമ്പോൾ തങ്ങളുടെപായക പ്പലുകളിൽ ഈ കിഴക്കൻ തീരത്തെ തുറമുഖത്തേക്ക് യാത്ര തിരിക്കുന്നതും, സ്വർണ്ണം കൊടുത്തുപകരം കുരു മുളകും, മറ്റ് സുഗന്ധ ദ്രവ്യങ്ങളും വാങ്ങുന്നതും, തുറമു ഖത്തെ തിക്കും തിരക്കും,വിദേശീയർ താമസിക്കുന്ന തെരുവുകളുമെല്ലാം വർണ്ണിക്കുന്നത് വായിക്കാം.

കണ്ണകിയുടെ പ്രതികാരത്തിന്റെ, ആത്മ രോഷ ത്തിന്റെ കഥ പറയുന്ന ചിലപ്പതികാരം സംഗകാല കൃതി തന്നെ. ഇളങ്കോ അടികൾ തൃക്കണാ മതിലകത്തു വെച്ച് എഴുതി എന്ന്‌വിശ്വസിക്കുന്ന ഇതിഹാസകൃതി... അന്ന് മു സിരിസിലെ ഭാഷ തമിഴ് ആയിരുന്നു. മലയാള ഭാഷ പിറ ന്നു വീഴുന്നത് പിന്നീട് എത്രയോ കാലം കഴിഞ്ഞാണ്... കണ്ണകിയുടെ കഥയിൽ നിന്നും പ്രചോദനം ഉൾക്കൊണ്ടു ഇളങ്കോ അടികളുടെ സഹോദരൻ ചെങ്കുട്ടവൻ എന്ന ചേര രാജാവ് ഇവിടെ ക്ഷേത്രം നിർമ്മിച്ചു എന്നും പറയു ന്നുണ്ട്.

സിക്കിമിലെ പ്രധാന ആകർഷണമാണ് ഗാങ്ടോക് കേബിൾകാർ. താഷിലിങ്ങിൽ റോപ്പ്‌വേ സ്റ്റേഷന്റെ ഏറ്റവും മുകളിലത്തെ നിലയിലേക്ക് ലിഫ്റ്റ് ഉണ്ടായിരുന്നു. ബീന ടീച്ചറും, ശാരദ ടീച്ചറും, ഹരി ദാസും ലിഫ്റ്റിൽ ഞങ്ങളോടൊപ്പം കയറി.

മുകളിലെത്തി ഞങ്ങൾ ചുറ്റും കണ്ണോടിച്ചു. ഗാങ്ടോക്കിന്റെ മനോഹര ദൃശ്യങ്ങൾ.. ഇസ്മാലിമാഷും

ശശിയും ടിക്കറ്റുകളുമായി വന്നു. കേബിൾ കാർ വലുതായിരുന്നു. ഒരു പ്രാവശ്യം 24 പേർക്ക് സഞ്ചരിക്കാം. ഞങ്ങൾ ഇരുപത് മിനിറ്റുകൊണ്ട് പോയി തിരിച്ചു വന്നു. ഗാങ്ടോക് നഗരത്തിന്റെ ആകാശകാഴ്ചകൾ, ഒഴുകുന്ന നദി, മഞ്ഞുമൂടിയ കാഞ്ചൻ ജംഗ....

നല്ലൊരു അനുഭവമായിരുന്നു ഹ്രസ്വമായ ആ കേബിൾ യാത്ര. നൂതന സാങ്കേതിക വിദ്യ പ്രയോജനപ്പെടുത്തിക്കൊണ്ട് കമ്പ്യൂട്ടർ നിയന്ത്രിക്കുന്ന സംവിധാനം പൂർണ്ണസുരക്ഷ നൽകുന്നു.

കേബിൾ കാർ സ്റ്റേഷനിൽനിന്നും ഞങ്ങൾ അടുത്തു തന്നെയുള്ള റിഡ്ജ് പാർക്ക്നടന്നു കണ്ടു.

ഇന്ത്യൻ കരസേന നിർമ്മിച്ചു പരിപാലിച്ചുപോരുന്ന ക്ഷേത്രമാണ് ഹനുമാൻ ടോക്. ഉയരത്തിൽ ഒരു കുന്നിൻ മുകളിൽ സ്ഥിതി ചെയ്യുന്നു. ഒരുപാട് പടികൾ കയറിയിട്ട് വേണം നടയിലെത്താൻ. വരിവരിയായി കെട്ടിത്തൂക്കിയ ഓട്ടുമണികൾ അടിച്ചുകൊണ്ട് കയറിപ്പോകാം. നടക്കൽ എത്തിയപ്പോൾ, യൂണിഫോം ധരിച്ച ഒരുപട്ടാളക്കാരൻ പൂജ ചെയ്യുന്നത് കണ്ടു. തൊട്ടപ്പുറത്ത് യൂണിഫോം ധരിച്ച മറ്റൊരു പട്ടാളക്കാരൻ പ്രസാദം കൊടുക്കുന്നു.

"മലയാളികളാണല്ലേ?"

ചോദ്യം കേട്ട് തലയുയർത്തുമ്പോൾഹൃദ്യമായ പുഞ്ചിരി.

"നാട്ടിലെവിടെയാ" ഞാൻ ചോദിച്ചു.

"ചേറ്റുവ. പുറത്ത് ഫ്ളാസ്കിൽ കാപ്പിയും ബിസ്ക്കറ്റുമുണ്ട്. എല്ലാവരും അതൊക്കെ കഴിച്ചു വിശ്രമിച്ചിട്ട് പോയാമതി...."

"ഞങ്ങൾ കൊടുങ്ങല്ലൂർക്കാരാണ്. ഇനിയും കാണാം...."

എന്നെങ്കിലും.... എവിടെയോ വെച്ച്...

മറ്റൊരു കുന്നിന്റെ നെറുകയിലാണ് ഗണേഷ് ടോക്. ക്ഷേത്രത്തിന്റെ ചുറ്റുമുള്ള ബാൽക്കണിയിലൂടെ നടക്കാൻ പേടി തോന്നും. താഴെ ഒരു വശത്ത് അഗാധമായ താഴ്ചയാണ്. പക്ഷെ മനോഹരമാണ് അവിടെ നിന്നുള്ള കാഴ്ചകൾ.

വൈകുന്നേരം താഷി വ്യൂ പോയിന്റ് കാണാൻ പോയിരുന്നു. നഗരത്തിൽനിന്നും എട്ട് കിലോമീറ്റർ ദൂരം. ബാതാങ് വെള്ളച്ചാട്ടത്തിനരികെയാണിത്. വിശ്രമിക്കാനും സംസാരിച്ചിരിക്കാനും അസ്തമയ സൂര്യന്റെ പ്രകാശം തട്ടി തിളങ്ങുന്ന കാഞ്ചൻജംഗ പർവ്വത നിരകൾ കണ്ട് ആസ്വദിക്കാനും ഒരുപാട് പേര്...

തിരിച്ചു പോരുമ്പോൾ ഡ്രൈവർ ഇവിടത്തെ ജനങ്ങളുടെ ജീവിതത്തെപ്പറ്റിപറഞ്ഞു. അവരുടെ സ്നേഹം. ബഹുമാനം ഒന്നും പൊള്ളയയല്ല.

സിക്കിം ജനതക്ക് തനതായ പ്രത്യേകതകളുണ്ട്. എല്ലാ മതങ്ങളും, ജനവിഭാഗങ്ങളും സൗഹൃദത്തോടെ, സഹകരിച്ചു കഴിഞ്ഞുപോരുന്നു. നേപ്പാളി ഹന്ദുക്കൾ

 മഞ്ഞിൽ മറയുന്ന ഹിമാലയൻ താഴ്വരകൾ

വളരെ ശാന്തരും സമാധാനപ്രിയരുമാണ്. എങ്കിലും ഇന്ത്യയിൽ മറ്റു പ്രദേശങ്ങളിൽ താഴ്ന്ന ജാതിക്കാർ നേരി ടുന്ന പീഡന കഥകൾ ഇവിടെ ഈ ഹിമാലയൻ മലഞ്ചരി വുകളിലും പ്രതിധ്വനിക്കുന്നുണ്ട്. ഇരുപത്തിയൊന്നോളം പിന്നോക്ക വിഭാഗങ്ങൾ തങ്ങൾക്ക് ഹിന്ദു എന്ന ഭരണഘ ടനാപദവി വേണ്ടെന്ന നിലപാടിലാണ്. ശ്രീരാമകൃഷ്ണ മിഷൻ ഒരിക്കൽ പിന്നോക്കവിഭാഗങ്ങൾക്ക് വേണ്ടി കോട തിയെ സമീപിച്ചതായി കേട്ടിട്ടുണ്ട്. ഹിന്ദു എന്ന ഭരണഘ ടന പദവിയോടൊപ്പം നോൺ ഹിന്ദു എന്ന സോഷ്യൽ സ്റ്റാറ്റസിനുവേണ്ടി...

ഞങ്ങൾഹോട്ടൽ ഡ്യൂ പോണ്ടിൽ തിരിച്ചെത്തിയ പ്പോൾ സന്ധ്യ കഴിഞ്ഞിരുന്നു.

# അദ്ധ്യായം – 13

മാർച്ച് 15.മഞ്ഞിൽ മൂടിയ പ്രഭാതം. ഞാൻ വിശാലമായ ഹോട്ടൽ വളപ്പിലെ തണുപ്പിലേക്കിറങ്ങി നടന്നു. ആരു ടെയോ ശബ്ദം കേൾക്കുന്നുണ്ട്. സുനന്ദ ഷേർപ്പായുടെ ചായക്കടിയിൽനിന്നാണ്. മഞ്ഞുമറക്കുള്ളിൽക്കൂടി പി. കെ. ശശിയുടെ മുഴക്കമുള്ള ശബ്ദം തിരിച്ചറിഞ്ഞു. കട യുടെ പുറത്ത് കസേരകളിൽ ശശിയോടൊപ്പം ഇസ്മാലി മാഷും. ഹരിദാസും.സുനന്ദ സമോവരിൽ കരിയിട്ട് വെള്ളം തിളപ്പിക്കുന്നു.

ഓരോ യാത്രയിലും ഇങ്ങനെ തന്നെയാണ്. രാവിലെ ഉണർന്നു കഴിഞ്ഞാൽ ഞങ്ങൾ കുറച്ചുപേർ അ ടുത്ത ചായക്കടയിലേക്ക് പോകും. ഇന്ന് ഇത്രയും നേരത്തെ ഇവരൊക്കെ എത്തിയിരിക്കുമെന്ന് കരുതിയില്ല. മൂടൽ മഞ്ഞ് മറയൊരുക്കുന്ന പരിസരം പുക പടലംപോ ലെ...

ഇസ്മാലി മാഷ് പറയാൻ തുടങ്ങി.: ഇന്നത്തെ യാത്ര മഞ്ഞുമൂടിയ മലകളിലേക്കാണ്. ഇന്ത്യ –ചൈന അതിർത്തി. വളരെ ഉയർന്ന സ്ഥലം തണുപ്പ് കൂടുതൽ

കാണും. വൈകീട്ട് റോഡിലൂടെ തിരിച്ചു പോരുന്നത് ദുഷ്കരമായിരിക്കും. ശക്തമായ മഞ്ഞ് വീഴ്ചയുണ്ടാകും.

എല്ലാവരും ചുറുചുറുക്കോടെ, സന്തോഷത്തോടെ യാത്രക്കൊരുങ്ങി നിന്നിരുന്നു. ദിവസങ്ങളായി നടത്തുന്ന നീണ്ട യാത്രകൾ, അതും വിവിധ തരം വാഹനങ്ങളിലും കാൽനടയായും കയറ്റിറക്കങ്ങൾകടന്ന്, പർവതങ്ങളുടെ ദൃശ്യഭംഗിയിലൂടെ, കാടിന്റെ നിഗൂഢതകളിലൂടെ, നഗരങ്ങളിലൂടെ, നാട്ടിൻപുറങ്ങളിലൂടെ.....

പ്രായത്തിന്റെ പരിമിതികൾ വിസ്മരിച്ചുകൊണ്ടുള്ള യാത്ര....

രാവിലെ 7.30 ന് മുൻപ് തന്നെ ഞങ്ങൾസ്റ്റേഡിയം റോഡിലൂടെ നീങ്ങി. എട്ടു മണിക്ക്ശേഷം ചിലതരം വാഹനങ്ങൾക്ക് നഗരത്തിലേക്ക് പ്രവേശനമില്ല. അതു മാത്രമല്ല നഗരത്തിൽ തിരക്കേറുന്നതിനു മുൻപേ പുറത്തു കടക്കാമെന്ന ഉദ്ദേശം കൂടിയുണ്ടായിരുന്നു.

മഞ്ഞിന്റെ മൂടുപടം വെയിലേറ്റ് നേർത്തു തുടങ്ങിയിരുന്നു. സമുദ്രനിരപ്പിൽ നിന്നും 5410 അടി ഉയരത്തിലുള്ള സിക്കിമിൽ നിന്നും 10000 അടി ഉയരത്തിലുള്ള കർപ്പോനാങ്ങിലേക്ക് കുത്തനെയുള്ള കയറ്റം. പതിനഞ്ച് കിലോമീറ്റർകൊണ്ട് ഇത്രയും ഉയരം കടന്നു കയറണം. സങ്കല്പിക്കാൻപോലും പേടിതോന്നും.

ആപൽക്കരമായ യാത്രാ വഴികൾ, വളഞ്ഞു തിരിഞ്ഞ് കയറ്റം കയറുമ്പോൾ, ഒരുഭാഗത്ത് അഗാധമായ

ഗർത്തങ്ങൾ, കമ്പിവേലികളുടെ സംരക്ഷണം പോലുമില്ല. സമതലങ്ങളിൽനിന്ന് വരുന്ന ഡ്രൈവർമാർ വിയർത്തു കുളിക്കും. മാത്രമല്ല യാത്രക്കാരുടെ നെഞ്ചിടിപ്പ് കൂടും. ഭയന്ന് വിറച്ചുപോകുന്ന നിമിഷങ്ങൾ.

ഞങ്ങളുടെ ഡ്രൈവർമാരെല്ലാം മിടുക്കന്മാരായി രുന്നു അവർ ലാഘവത്തോടെ... മുഖത്തെ പുഞ്ചിരി മായാതെ...സന്ദർശകരോട്     സംസാരിച്ചുകൊണ്ട്ആ ദുഷ്കരമായറോഡിലൂടെ അനായാസേന ഡ്രൈവ് ചെയ്യു ന്നത് നല്ലൊരു അനുഭവമായിരുന്നു.

സിക്കിമിലെ ജനങ്ങൾ നല്ലവരാണ്. അവർ കിട്ടു ന്നതു കൊണ്ട് സംതൃപ്തരാണ്. ഒരുപാട് ആഗ്രഹങ്ങളില്ല. മോഹങ്ങളില്ല. അതുകൊണ്ടുതന്നെ അവർ നമ്മെ ചതിച്ചു കടന്ന് കളയുമെന്ന പേടിവേണ്ട.

ഡ്രൈവർ ഒരുപാട് കാര്യങ്ങൾ പറഞ്ഞു തന്നു. കോവർ കഴുതകളുടെ പുറത്ത് കെട്ടി വെച്ചാണ് സാധന ങ്ങൾ കൊണ്ടുപോയിരുന്നത്. കാർപോനാൻഗിൽ ചില ഭാഗങ്ങളിൽ അപകടം ഒളിച്ചിരിക്കുന്നു. ഒരുപാട് കോവർ കഴുതകൾമലയിടുക്കിലെ ഗർത്തങ്ങളിൽ വീണു ചത്തൊ ടുങ്ങിയിട്ടുണ്ട്.

ക്യോൻനൊസ്ല     ആൽപൈൻ     സങ്കേതം. അപൂർവയിം പക്ഷികൾ, ഔഷധസസ്യങ്ങൾ, ഓർക്കിഡു കൾ, റോഡോഡെൻട്രോൺ വർഗ്ഗത്തിൽപ്പെട്ട, ചുവ

പ്പിലും വയലറ്റിലും വർണ്ണവിസമയം തീർക്കുന്ന കുറ്റിച്ചെ
ടികൾ എല്ലാം എല്ലാം കാണാം.

താഴോട്ട് നോക്കിയാൽ ഗാങ്ടോക് നഗരത്തിന്റെ,
പച്ചക്കുന്നുകളുടെ മനോഹാരിത...

ഇടതൂർന്ന കാടുകൾ മാറി, നിറം മങ്ങിയ മലഞ്ചെ
രിവുകൾ. പാറക്കെട്ടുകൾ....

പിന്നെ കാണുന്നതൊക്കെ മഞ്ഞു മൂടിയ മല
കളും താഴ്വരകളും, ശാന്തമായ കാവ്യാനുഭൂതി നിറ
യുന്ന കാഴ്ചകൾ.....

വഴിയിൽ കണ്ട പട്ടാളക്കാരുടെ ചെക്ക് പോസ്റ്റുക
ളിലും, ക്യാമ്പ് ഷെഡുകൾക്ക് മുകളിലും മഞ്ഞു മൂടികിട
ക്കുന്നു.

വഴിയരികിൽ ഒരുപാട് ചെറിയ കടകൾ.
ഡ്രൈവർ ഒരു കടയുടെ മുൻപിൽ വണ്ടി നിർത്തി.
തണുപ്പ് മുഖത്തേക്ക് ഇരച്ചുകയറുന്നു. ആ കട
യിൽനിന്നും ചായ കുടിച്ച ശേഷം ഞങ്ങൾക്ക് ഓരോരു
ത്തർക്കും വേണ്ട ഗം ബൂട്ടുകൾ, ഗ്ലൗസ്, ജാക്കറ്റ്സ്
എന്നിവ വാടകക്ക് എടുത്തു. സോങ്കോ തടാകത്തിനടു
ത്തെത്തിയപ്പോൾ എല്ലാവരുടെയും ഉത്സാഹം വർദ്ധിച്ചു.
നിശ്ശബ്ദമായ ആവേശം... സിക്കിംമിൽ നിബിഡ വന
ങ്ങൾക്കുള്ളിൽ ഒരുപാട് തടാകങ്ങളുണ്ട്. ഇവിടെ ഈ
വെള്ള പുതച്ച മലകളിലെ മഞ്ഞുരുകി രൂപ്പെടുന്ന തടാ
കങ്ങൾക്ക് ഇന്ദ്രനീല നിറമാണ്. ഗാങ്ടോക്കിൽനിന്നും 38

കിലോമീറ്റർ ദൂരമുണ്ട് ഇങ്ങോട്ട്, സോങ്കോ തടാകത്തിന് ഒരു കിലോമീറ്റർ നീളമുണ്ട്. അഞ്ഞൂറ് മീറ്റർ വീതി യും.കൂടിയ ആഴം 50 അടി. സിക്കിമിലെ ജനങ്ങൾക്ക് ഇതൊരു പുണ്യനദിയാണ്. ഈ ജലാശയത്തിന് ചങ്കു ലേക് എന്നും പേരുണ്ട്.

ചുറ്റുമുള്ള മഞ്ഞു മലകളുടെയും, നീലാകാ ശത്തു നിരങ്ങി നീങ്ങുന്ന വെള്ള മേഘങ്ങളുടെയും പ്രതി ബിംബങ്ങൾ ജലപരപ്പിൽ കാണാൻ രസമാണ്.

ബുദ്ധമത പാരമ്പര്യമനുസരിച്ചു വിവിധ വർണ്ണങ്ങ ളിലുള്ള പ്രാർത്ഥന കൊടികൾ തടാക തീരത്ത് നാട്ടിയിട്ടു ണ്ട്. അത് തികച്ചും ദിവ്യമായ അനുഭൂതി പകരുന്നു. എമ്പാടും കാണുന്ന പ്രാർത്ഥനാ കൊടികൾ സിക്കിം മിന്റെപ്രധാന സവിശേഷതയാണ്. ബുദ്ധവിശ്വാസി കൾഅവരുടെ വാസസ്ഥലങ്ങൾക്കരികിലും, സഞ്ചാരപഥ ങ്ങളിലും, സംഘം ചേരുന്നിടത്തുമെല്ലാം ഈ കൊടിക്കൂ റകൾ നാട്ടുന്നത് ശുഭോദർക്കമാണെന്ന് വിശ്വസിക്കുന്നു. വായുവിൽ പാറിപറന്ന് ഏവർക്കും ഉണർവും, ഉത്സാ ഹവും, സന്തോഷവും,സമൃദ്ധിയും നൽകുന്നു.

മഞ്ഞ, പച്ച, ചുവപ്പ്, വെള്ള, നീല എന്നീ അഞ്ചു നിറങ്ങൾ ഭൂമി, വെള്ളം, തീ, വായു, അന്തരീക്ഷം എന്നീ പഞ്ചഭൂതങ്ങളെ പ്രതിനിധീകരിക്കുന്നു.

സോങ്കോ തടാകത്തിലെ ജലപ്പരപ്പിന് ഋതുഭേദ ങ്ങൾക്കനുസരിച്ചു നിറഭേദം സംഭവിക്കാറുണ്ടെന്ന് പറയു

ന്നു. നിരവധി സാങ്കല്പിക കഥകൾ ഈ ജലാശയ ത്തിന്റെ ഉത്ഭവത്തെ കുറിച്ച് പ്രചരിച്ചു വരുന്നുണ്ട്. പഴയ കാലത്ത് ബുദ്ധസന്യാസിമാർ ജലപ്പരപ്പിൽ നോക്കി ഭാവി പ്രവചിച്ചിരുന്നുവത്രേ. ഗുരു പൂർണ്ണിമാ ദിനത്തിൽ ജാക്രി വംശജർ ഇവിടെ ഒത്തു ചേരാറുണ്ട്.

കടുത്ത വേനലിലും, ശരത് കാലത്തും ആൽപൈൻ സസ്യങ്ങളും, പൂക്കളും തടാകത്തെ മോടി പിടിപ്പിക്കാറുണ്ട്. മഞ്ഞുകാലത്ത് വെള്ളം ഉറഞ്ഞു കട്ടയ ആയി മാറും... ചില സമയങ്ങളിൽ ദേശാടനപക്ഷികൾ ഇവിടം അവയുടെ യാത്രപഥത്തിലെ ഇടത്താവളമായി ഉപയോഗിക്കാറുണ്ട്.

രംഗനും മറ്റു സുഹൃത്തുക്കളും അണിയിച്ചൊരു ക്കിയ യാക്കിന്റെ പുറത്തു കയറി സവാരി ചെയ്തു. ചിലർ അലകളില്ലാതെ പ്രശാന്തമായ ജലപ്പരപ്പിലേക്ക് നോക്കിനിന്നു. ഞങ്ങൾ കുറച്ചുപേർ തടാകത്തിനരികി ലുള്ള ശിവക്ഷേത്രത്തിനടുത്തുകൂടി മറുകരയിലേക്ക് കട ന്നു. ഇളകിക്കിടക്കുന്ന മഞ്ഞിലൂടെ നടന്നു. കുറെ സന്ദർശകർ മഞ്ഞു വാരിയെറിഞ്ഞു കളിക്കുന്നത് കണ്ടു. ചിലർ മുകളിൽനിന്നും താഴേക്ക്ഉരുണ്ടു കളിക്കുന്നു. കുറച്ചുനേരം ആ മഞ്ഞിൽവെറുതെ കിടന്നു നോക്കി. പിന്നെ എഴുന്നേറ്റു തിരിച്ചു നടന്നു.

കൂടുതൽ മനോഹരമായ ആകാശ കാഴ്ച കൾക്കായി റോപ്പ് വേ ഒരുക്കുന്നുണ്ട്. അതിന്റെപണി നട ന്നുകൊണ്ടിരിക്കുന്നു.

# അദ്ധ്യായം – 14

നാഥു ലാ പാസ്സ് എന്ന അതിർത്തിയിലേക്ക് തടാക ത്തിന്റെ വടക്കു ഭാഗത്തുകൂടിയുള്ള റോഡിലൂടെനേരെ പോകണം.. വായു മാർഗ്ഗം അഞ്ച് കിലോമീറ്റർ വടക്കു കിഴക്ക് കിടക്കുന്ന സ്ഥലം. റോഡ് മാർഗം 18 കിലോമീറ്റർ യാത്ര ചെയ്യണം.

പന്ത്രണ്ടു കിലോമീറ്റർ ചെന്നപ്പോൾ ബാബ മന്ദിര ത്തിൽ എത്തി. നാഥു ലാ ക്കും ജെലെപ് ലാക്കും ഇടയി ലാണ് ഈ ക്ഷേത്രം. വളരെ വ്യത്യസ്തതകളുള്ള വിചിത്ര മായ ഒരു ആരാധനാലയം...

ബാബ ഹർഭജൻ സിംഗിന്റെ ഓർമ്മക്ക് വേണ്ടി സമർപ്പിച്ചിട്ടുള്ള സ്മാരക മന്ദിരം ഒരു ക്ഷേത്രമായി പരി പാലിച്ചുപോരുന്നു. അതിന്റെ പിന്നിൽ വളരെ വൈകാരി കമായ ഒരു സംഭവമുണ്ട്.

പഞ്ചാബ് റെജിമെന്റിലെ ഒരുസെൻട്രിയായിരുന്നു ആ ചെറുപ്പക്കാരൻ. ഇവിടെ ഈ ഇന്ത്യ – ചൈന അതിർത്തിയിൽ തന്റെ ജോലി നിർവഹിച്ചുകൊണ്ട് കഴി ഞ്ഞിരുന്ന കാലം. 1968 ഒക്ടോബർ മാസത്തിൽ ഹർ ഭ

ജൻ സിങ്ങിനെ കാണാതാവുന്നു. ദുരൂഹത നിറഞ്ഞ മാൻ മിസ്സിംഗ്..

ബംഗാളിലേയും, സിക്കിംമിലെയും ജനങ്ങൾ പ്രകൃതി ദുരന്തങ്ങളും ദുരിതങ്ങളും നേരിടുന്ന സമയം. കനത്ത മഴയിലും, ഉരുൾപൊട്ടലിലും, വെള്ളപ്പൊക്ക ത്തിലും ആയിരക്കണക്കിന് ജനങ്ങളുടെ ജീവൻ നഷ്ട മായി. രക്ഷാപ്രവർത്തനങ്ങൾനടത്തിയിരുന്ന ഭടന്മാരുടെ മുൻപന്തിയിൽ ഹർഭജനും ഉണ്ടായിരുന്നു. ഒരുപാട് പേ രുടെ ജീവൻ രക്ഷിക്കാനും, അവർക്ക് വേണ്ട മരുന്നും, ഭക്ഷണവും എത്തിക്കാനും ആ യുവാവ് രാവും പകലും പണിയെടുത്തു. അദ്ദേഹത്തെ അവസാനമായി കണ്ടത് 1968 ഒക്ടോബർ4 ന് ആണ്, ഒരു കൂട്ടം കോവർകഴുതക ളെയും കൊണ്ട് തന്റെ ആസ്ഥാനത്തു നിന്നും ദുരിത ബാധിത മേഖലയിലേക്ക് പോകുകയായിരുന്നു.

ഊർജ്ജിതമായ തിരച്ചിലുകൾ ഫലം കാണാതെ തുടർന്നുകൊണ്ടേയിരുന്നു.

മൂന്നാം നാൾ ഹർഭജന്റെ സുഹൃത്ത് പ്രിതംസിംഗ് ഒരു സ്വപ്നം കണ്ടു. സ്വപ്നത്തിൽ ഹർഭജൻ വന്ന് തന്റെ തിരോധനത്തിന്റെ കഥ വിവരിക്കുന്നു. ഭക്ഷണ സാധന ങ്ങളും മറ്റ് അവശ്യവസ്തുക്കളും വഹിക്കുന്ന ഒരു കൂട്ടം കഴുതകളെയും കൊണ്ട്പോകുമ്പോൾ വെയിൽ മങ്ങി മൂടൽമഞ്ഞിന്റെ ആവരണങ്ങൾ അന്തരീക്ഷത്തിൽ നിറ ഞ്ഞു... പിന്നെ കാർ മേഘങ്ങളും... വഴിയും പരിസരവും

 മഞ്ഞിൽ മറയുന്ന ഹിമാലയൻ താഴ്വരകൾ

കാഴ്ചയിൽനിന്നും മാറുന്ന നിമിഷം.... കാൽ വഴുതി വീണത് അഗാധമായ ഒരു മലയിടുക്കിലേക്ക്. താഴെ പാഞ്ഞൊഴുകുന്ന നദി. അവിടെ തീർന്നു ഹർഭജന്റെ ജീവിതം.

ശക്തമായ ഒഴുക്കിൽപെട്ട് ആ ശരീരം രണ്ട് കിലോമീറ്റർ താഴേക്ക് പോയി. ഒരു ഭാരിച്ച മഞ്ഞു കട്ട യിൽ തടഞ്ഞുനിന്നു.

പ്രീതം സിങ്ങും, കൂട്ടുകാരും ആ സ്വപ്നത്തിന് കാര്യമായ പ്രാധാന്യം കൊടുത്തില്ല. പക്ഷെ ഹർഭജന്റെ ശവശരീരം സ്വപ്നത്തിൽ പറഞ്ഞ സ്ഥലത്തു നിന്നും കണ്ടെടുത്തപ്പോൾ അവരൊക്കെ ഞെട്ടിപ്പോയി.

പിന്നീട് 14000 അടി ഉയരത്തിലുള്ള ചോക്കൃ ചോ എന്ന സ്ഥലത്തു അവിടത്തെ ജവാന്മാർ തങ്ങളുടെ വേർപിരിഞ്ഞ പ്രിയ സഹപ്രവർത്തകന് ഒരു സമാധി തീർത്തു. പക്ഷെ സമാധി സന്ദർശിക്കാൻ ആരുമുണ്ടായി ല്ല. കാരണം വളരെ ഉയരത്തിലുള്ള ബങ്കറിൽ എത്തിച്ചേ രാൻ അൻപതു പടികൾ ചവിട്ടിക്കയറണം.

സന്ദർശകരുടെ സൗകര്യം പരിഗണിച്ച് 1982 ൽ കുപ് അപ്പ്– നാതാങ്ങ് റോഡിൽ മെൻമെച്ചോ തടാകത്തി ലേക്ക് തിരിയുന്ന ഭാഗത്ത് ഒരുഅമ്പലം തന്നെ പണി തീർത്തു.

കേവലം 22 വയസ്സ് പ്രായമുള്ളപ്പോൾ ദാരുണ മായ അന്ത്യം നേരിടേണ്ടിവന്ന ഹർഭജൻ സിംഗിന്റെ

പ്രേതാത്മാവിനെപ്പറ്റി കേൾക്കുന്ന സത്യവും, സങ്കല്പക ഥകളും, ഭ്രമാൽമകമായ അവതരണങ്ങളും കൂടിച്ചേർന്നു മതപരമായ തീഷ്ണത കൈവരിക്കുമ്പോൾ അതൊരു ഇതിഹാസമായി രൂപാന്തരം പ്രാപിക്കുന്നു. ചിലർ അത് നാടോടിക്കഥകളാക്കി മാറ്റുന്നു. ഇന്ത്യയിലെ ജവാ ന്മാർക്കിടയിലും, പഞ്ചാബിലെ ഹർഭജന്റെ ഗ്രാമത്തിലും മാത്രമല്ല അതിർത്തിയിലെ ചൈനീസ് പട്ടാളക്കാർക്കിട യിൽ പോലും ഈ നാടോടിക്കഥകൾ പ്രചരിച്ചിട്ടുണ്ട്.

യഥാർത്ഥത്തിൽ നാഥുലാ കുന്നിൻ മുകളിലെ അതിർത്തി ദേശത്ത് നടന്നിട്ടുള്ള ഒരുപാട് ഏറ്റുമുട്ടലുക ളിൽ ഒന്നിൽ ഹർഭജൻസിങ് അവസാന നിമിഷം വരെ പൊരുതി മരിക്കുയായിരുന്നു. ഔദ്യോഗിക രേഖകളിൽ കാണാൻ കഴിയുന്നത് അങ്ങിനെ തന്നെയാണ്. ആ വീര മൃത്യുവിന്റെ മഹത്വം നഷ്ടപ്പെടുത്തുന്നതാണ് പ്രചരി ക്കുന്ന കഥകൾ.

യഥാർത്ഥത്തിൽ ഈ പട്ടാളക്കാരുടെ ദുരിതങ്ങൾ ആരെങ്കിലും അറിയാറുണ്ടോ? നമ്മൾ കുടുംബത്തോ ടൊപ്പം സുരക്ഷിതരായി കിടന്നുറങ്ങുന്ന രാത്രികളിൽ, തിരക്കിട്ട പകലുകളിൽ അവർ ഒരു പോള കണ്ണടക്കാതെ നമുക്ക് കാവലായി അതിർത്തികളിൽ മഞ്ഞുമലകളിലെ തണുപ്പ് സഹിച്ചു, നൊമ്പരങ്ങൾ മനസ്സിലൊതുക്കി റോന്ത് ചുറ്റുന്നുണ്ട്...

എന്നാൽ അവരുടെ കുടുംബം, സ്വന്തം ഗ്രാമങ്ങ ളിൽ, സ്വന്തം വീടുകളിൽ സുരക്ഷിതരാണോ? ആ കുടും ബങ്ങൾക്ക് ഭീഷണി അതിർത്തിക്കപ്പുറത്തു നിന്നല്ല, ശത്രു രാജ്യത്തുനിന്നല്ല. രാജ്യത്തിനകത്തുനിന്ന്, സ്വന്ത മെന്ന് കരുതിയിരുന്ന സമൂഹത്തിൽനിന്ന്....

ഏതോ നിഷിദ്ധമായ മാംസാഹാരം കഴിച്ചു എന്ന് കേട്ട് ഓടിക്കൂടിയ ജനക്കൂട്ടം ഒരു ജവാന്റെ വൃദ്ധ പിതാ വിനെ ഉറക്കത്തിൽനിന്നും തൊഴിച്ചുണർത്തി, വലിച്ചിഴച്ച് തെരുവിലേക്കിട്ട് വളഞ്ഞുനിന്ന് അടിച്ചു കൊന്ന സംഭവം സമീപകാലചരിത്രമാണ്. ഇത്തരം സംഭവങ്ങളെ നമ്മുടെ രാഷ്ട്രീയ, സാമൂഹ്യ, സാംസ്കാരിക മണ്ഡലങ്ങളിൽ പ്രവർത്തിക്കുന്നവർ ജാഗ്രതയോടെ കാണേണ്ടതാണ്. അ ല്ലെങ്കിൽ വരാൻപോകുന്ന കാലം ഇരുൾ നിറഞ്ഞതായിരി ക്കും. മറ്റുള്ളവരുടെ രാജ്യസ്നേഹം അളന്നു തിട്ടപ്പെടു ത്താനുള്ള ഉപകരണങ്ങളുമായി സമൂഹത്തിലേക്കിറങ്ങാ നും, ശിക്ഷ വിധിക്കാനും നമ്മുടെ ഭരണഘടനയോ ഭര ണഘടനാ സ്ഥാപനങ്ങളോ ആർക്കും അധികാരം നൽകി യിട്ടില്ലെന്നോർക്കണം.

ഹർഭജൻസിംഗും മറ്റ് ഒരുപാട് ധീരജവാന്മാരും അവരുടെ രക്തവും, ജീവനും മാതൃഭൂമിക്കുവേണ്ടി കാണിക്ക വെച്ചവരാണ്. അവർക്ക് പണിയേണ്ട അമ്പല ങ്ങൾ നമ്മുടെയൊക്കെ മനസ്സുകളിലാണ്.

ഹാർഭജന് മരണാനന്തര ബഹുമതിയായി മഹാ വീര ചക്രം സമ്മാനിക്കുകയുണ്ടായി. അദ്ദേഹത്തിന്റെ ആത്മാവ്ആ പരിസരത്ത് നിലനിൽക്കുന്നുണ്ടെന്ന് നമ്മുടെ കരസേന പോലും വിശ്വസിച്ചു വരുന്നു. അതിർത്തി ദേശം കഴിഞ്ഞ അരനൂറ്റാണ്ടുകാലം സംരക്ഷി ച്ചുവരുന്നത് ബാബയാണ്. അതും തനിയെ.

അതിർത്തി ശാന്തമാകുന്ന അവസരങ്ങളിൽ സൗഹൃദങ്ങൾ പങ്കിടുമ്പോൾ ചൈനീസ് ജവാന്മാരും പറ യാറുണ്ട്. അർദ്ധരാത്രിയിൽ തലപ്പാവു കെട്ടിയ ഒരു ജവാൻകുതിരപ്പുറത്തു റോന്തുചുറ്റുന്ന കാര്യം, ഫ്ളാഗ് മീറ്റിംഗ് നടക്കുന്ന സന്ദർഭങ്ങളിൽ ചൈനീസ് ഭടന്മാർ ഹർഭജൻ സിംഗിന് വേണ്ടി ഒരു കസേര ഒഴിച്ചിടാറു ണ്ടെന്ന് പറയപ്പെടുന്നു.

ഹർഭജൻ എല്ലാ രാത്രികളിലും ഇവിടെ വരുന്നു ണ്ട്. അതിന് തെളിവായി ബാബമന്ദിറിൽ അദ്ദേഹത്തിന്റെ മുറിയിൽ വിരിച്ചിട്ടുള്ള ക്യാമ്പ് ബെഡ് ഷീറ്റ് രാവിലെ ചുളിഞ്ഞു കാണാറുണ്ടെന്നു പറയുന്നു. പോളിഷ് ചെയ്തു സൂക്ഷിക്കുന്ന ഷൂകൾ വൈകുന്നേരം പൊടിപു രണ്ട് കിടക്കാറുണ്ടെന്നും.

14000 അടി ഉയരത്തിലുള്ള അതിർത്തിപ്രദേശത്ത് സംരക്ഷണചുമതല വഹിക്കുന്ന നാഥുലാ ബ്രിഗെഡിലെ മൂവായിരം ജവാന്മാരുടെ സംരക്ഷണം ബാബ നിർവഹി ക്കുന്നു. ചൈനയുടെ ഭാഗത്തുനിന്ന് ആക്രമണം വരുന്ന

തിനു മൂന്നു ദിവസം മുൻപേ നമ്മുടെ ജവാന്മാർക്ക്
മുന്നറിയിപ്പ് നൽകുകയും ചെയ്യുന്നു. ഇക്കാര്യങ്ങൾ കണ
ക്കിലെടുത്ത് ഇന്ത്യൻ പട്ടാളം ഹർഭജന്റെ കാര്യത്തിൽ
അസാധാരണമായ ചില നടപടികൾ സ്വീകരിച്ചിട്ടുണ്ട്.
കാലാകാലങ്ങളിൽ അർഹമായ പ്രൊമോഷൻ നൽകു
ന്നു. ശമ്പളം മുടക്കം കൂടാതെ വീട്ടിലെത്തിക്കുന്നു.
വർഷം രണ്ടുമാസം ലീവ്. സെപ്തംബർ 13 ന് ഡിബർഗർ
എക്സ്പ്രസ്സിൽ മൂന്ന് ജവാന്മാർ അദ്ദേഹത്തിന്റെ ചി
ത്രവും സ്യൂട്കെസുമായി പഞ്ചാബിലെ കാപ്പൂർത്തലയി
ലേക്ക് യാത്ര ചെയ്യുന്നു. കുക്ക ഗ്രാമത്തിൽ ഹർഭജന്റെ
കുടുംബം ആദരവോടെ ആത്മനിർവൃതിയോടെ ആ
സംഘത്തെ വരവേൽക്കുന്നു.

ലോകത്തിലൊരിടത്തുംഇങ്ങനെയൊരമ്പലം
കാണില്ല. ഇത്വെറുമൊരു അന്ധവിശ്വാസമാണെന്ന് കരു
താനും അവർക്കാവില്ല.ക്ഷേത്രത്തിന്റെ കഥ വിവരിക്കുന്ന
ഫലകം ഒരു വശത്തു നാട്ടിയിട്ടുണ്ട്.

അടുത്ത യൂണിറ്റിലെ ജവാന്മാരാണ് ക്ഷേത്രം പരി
പാലിച്ചുകൊണ്ടിരിക്കുന്നത്. ക്ഷേത്രത്തിനു മൂന്നു മുറി
കൾ. നടുവിലെ മുറിയിൽ ബാബയുടെ പ്രതിഷ്ഠ. താഴെ
ഒരു ഫോട്ടോ പൂജാ ദ്രവ്യങ്ങൾ.

നാടിനുവേണ്ടി ജീവൻബലികൊടുത്ത ധീരജ
വാന്മാർക്ക് ഞങ്ങൾ ആദരാഞ്ജലികൾ അർപ്പിച്ചു. ഒരു
ജവാൻ മധുരമുള്ള പ്രസാദം തന്നു. പുറത്തിറങ്ങുമ്പോൾ

മറ്റൊരു മലയാളി സന്ദർശകൻ ചിരിച്ചുകൊണ്ട് ചോദി
ക്കുന്നു: "തൃശൂർക്കാരാണല്ലേ?"

"കൃത്യമായി പറഞ്ഞാൽ കൊടുങ്ങല്ലൂർ" ഞങ്ങ
ളുടെ മറുപടി.

ഏകദേശം എന്റെ പ്രായംതന്നെ. കൂടെ
ഭാര്യയും.ഇരിഞ്ഞാലക്കുടയിൽനിന്നും വരുന്നു.അധ്യാ
പക ജീവിതത്തിൽനിന്നും വിരമിച്ചവർ. കൂടുതൽ അടു
ത്തറിയണമെന്നുണ്ടായിരുന്നു. സമയക്കുറവുമൂലം യാത്ര
പറഞ്ഞുപിരിഞ്ഞു.

"കാണാം"

നാഥു ലാ പാസ്സിൽ എത്താൻ എല്ലാവർക്കും
തിടുക്കമായിരുന്നു. വണ്ടിയിൽ കയറാൻ തുടങ്ങുമ്പോ
ഴാണ് അറിയുന്നത്, അന്നത്തെ ദിവസം അതിർത്തിയി
ലേക്ക് പ്രവേശനമില്ലെന്ന്. കാര്യങ്ങൾകൃത്യമായി പ്ലാൻ
ചെയ്യുന്ന ലീഡർ ആണ് ഇസ്മാലി മാഷ്. എന്നിട്ടും
എവിടെയാണ് പിഴവ് പറ്റിയത്? ഒരിക്കലും നഷ്ടപ്പെടാൻ
പാടില്ലാത്ത ലക്ഷ്യമായിരുന്നു ആ അതിർത്തി ദേശം.

അടുത്തകാലത്ത് നാഥു-ലാ ക്ക് പ്രാധാന്യം
കൈവരാൻ മറ്റൊരു കാരണം കൂടിയുണ്ട്.ഇന്ത്യയും
ചൈനയും പരസ്പര സമ്മതപ്രകാരം കൈലാസ് – മാന
സരോവർ യാത്രയ്ക്ക് ഈ വഴി തുറന്ന് കൊടുത്തിട്ടുണ്ട്.
ഈ മൗണ്ടൻപാസ്സിൽ നിന്നും 1559 കിലോമീറ്റർ കാറിൽ
യാത്ര ചെയ്തു 6658 മീറ്റർ ഉയരത്തിൽ സ്ഥതി ചെയ്യുന്ന

മാനസരോവറിൽ സുരക്ഷിതമായി എത്തിച്ചേരാം. 518 ചതുരശ്ര കിലോമീറ്റർ വിസ്താരമുള്ള തടാകം, ഒരുപാട് മതങ്ങളുടെ, മതവിശ്വാസികളുടെ പുണ്യസരസ്സ്. സമീപത്ത് പരമശിവന്റെ സ്വന്തം കൈലാസ പർവ്വതം.

മതമില്ലാത്തവരുടെ സ്വപ്നലോകം...

ഞങ്ങൾ ഏകദേശം രണ്ടുമണിയോടെ ഗാങ്ങ് ടോക്കിലേക്ക് മടക്കയാത്ര ആരംഭിച്ചു. താഴ്‌വരകളിലൂടെ മൂടൽമഞ്ഞു അരിച്ചിറങ്ങുന്നുണ്ടായിരുന്നു...

# അദ്ധ്യായം – 15

2016 മാർച്ച് 17. തണുത്തപ്രഭാതം.. മൂടൽമഞ്ഞു... സുനന്ദ ഷേർപ്പയുടെ ചായ... എല്ലാം പതിവ്പോലെ. വരാന്തയിലൂടെ, ഇടനാഴയിലൂടെ ഒഴുകിയെത്തുന്ന മലയാളഗാനങ്ങൾ.. ഇസ്മാലി മാസ്റ്ററുടെ മ്യൂസിക് പ്ലേയറിൽ നിന്നാണ്..രാത്രി ഉറങ്ങാൻ കിടക്കുമ്പോൾ പഴയ ഹിന്ദി ഗാനങ്ങൾ... ഉണർന്നു കഴിഞ്ഞാൽ ഒരു ചായ. അതു കഴിഞ്ഞാൽ നാലഞ്ച് ഇമ്പമുള്ള മലയാളം പാട്ടുകൾ... ആ റൂമിൽ കുറച്ചുസമയം സംസാരിച്ചിരുന്നു.

ഖോർഖാ കുട്ടികൾ ഹോട്ടലിൽനിന്നും ഞങ്ങളുടെ ബാഗുകൾ വാഹനങ്ങൾക്കരികിൽ എത്തിച്ചു. അവരുടെ സ്നേഹവും യാത്രയയപ്പും വല്ലാത്തൊരു അനുഭൂതി പകർന്നു. കുട്ടികൾ എന്ന് പറഞ്ഞാൽ എല്ലാവർക്കും ഇരുപത് വയസ്സിനുമേൽ പ്രായമുണ്ട്. എങ്കിലും അവരുടെ ചിരിയിലും, പെരുമാറ്റത്തിലും കുട്ടിത്തം മാറാത്ത പ്രകൃതമാണ്.

പതിനൊന്ന് ഭാഷകളും, ഒരുപാട് ആചാരങ്ങളുമായി കഴിയുന്ന ജനത അവരുടെ പാരമ്പര്യവും ലാളിത്യവും കൈവിടാറില്ല. മേഘങ്ങൾ തഴുകിതലോടുന്ന

പർവത ശിഖരങ്ങളുടെ കാഴ്ചകൾ പിന്നിട്ട്, മൂടൽ മഞ്ഞിൽ മറയാൻ വെമ്പുന്ന താഴ്വരകളും, പൈൻ മര ക്കാടുകളും കടന്ന് 9.30ന് ഞങ്ങൾ സിലിഗുരിയിൽ തിരി ച്ചെത്തി. കൈവശം കരുതിയിരുന്ന കപ്പലണ്ടിയും, വറവ് പലഹാരങ്ങളും പങ്കിട്ടു കഴിച്ചു. വഴിയോരത്തെ കട യിൽനിന്നും ഓരോ ചായ കുടിച്ചു.

ഇനി യാത്ര ഭൂട്ടാനിലേക്ക്. ഗോഹട്ടി ഹൈവേയി ലൂടെ ഞങ്ങളുടെ വാഹനങ്ങൾ നീങ്ങി.

വന്യമൃഗസങ്കേതങ്ങൾ, വനമേഖലകൾ.. റോഡി നിരുവശത്തും കണ്ണെത്താദൂരത്തോളം പരന്നുകിടക്കുന്ന തേയിലപ്പാടങ്ങൾ. ഒരുപാട് നദികളും, അരുവിക ളും..മണിക്കൂറുകൾ നീണ്ട യാത്ര.

ഹാസിമാര ലെവൽ ക്രോസ്സിനടുത്ത് ഞങ്ങൾ വ ണ്ടികൾ നിർത്തി പുറത്തിറങ്ങി. ഒരു വടവൃക്ഷത്തിന്റെ തണലില് കുറച്ചുനേരം വിശ്രമം. അടുത്തു തന്നെയാണ് റെയിൽവേ സ്റ്റേഷൻ. ഭൂട്ടാനിലേക്ക് പോകുന്നവർ ഇവിടെ ഇറങ്ങണം.

2.30 ന് ജയ്ഗോനിലെത്തി. പശ്ചിമബംഗാളിലെ അലിപൂർദർ ജില്ല. ശില്പ ചാതുരിയുള്ള മനോഹരമായ ഭൂട്ടാൻ ഗേറ്റ്. വിശാലമായ ആ ഗോപുര വാതിൽ കടന്ന് ഫ്യൂവന്റ്ഷോലിങ് പട്ടണത്തിലേക്ക്.. അതിർത്തികാക്കാൻ ഭൂട്ടാൻ ഭടന്മാരും.ഇന്ത്യൻ പട്ടാളവും. നിയന്ത്രണങ്ങളില്ല.

ആർക്കും എപ്പോഴും ഭൂട്ടാനിലേക്ക് കടക്കാം. തിരിച്ചും. രാത്രി പത്തുമണിക്ക് ഗോപുര വാതിൽ അടയും.

ഞങ്ങൾ പൂൺസം ഹോട്ടലിൽ ചെക്ക് ഇൻ ചെയ്തു. താഴത്തെ നിലയിൽ ഡൈനിംഗ് ഹാൾ. ഭക്ഷണം കഴിഞ്ഞ് കുറച്ച് വിശ്രമം. പിന്നെ നഗരം കാണാ നിറങ്ങി. ഭൂട്ടാനിലെ രണ്ടാമത്തെ വലിയ നഗരമാണിത്. ഈ നാടിന്റെ വ്യവസായ തലസ്ഥാനം. തെരുവീഥികളിൽ തിക്കും തിരക്കുമില്ല. വ്യാപാര കേന്ദ്രങ്ങൾ ധാരാളം. സങ്ട്ടോ പേൽറി മോനാസ്റ്ററി ഹോട്ടലിന്റെ തൊട്ടടുത്ത് തന്നെ. ശാന്തമായ അന്തരീക്ഷം.

നടന്ന്നടന്ന്ഒരു മൈതാനത്തെത്തി.

വിശാലമായ മൈതാനത്തിന്റെ നടുവിൽ തകരം മേഞ്ഞ ഒരു പന്തലിൽ ഒരുപാട് സ്റ്റാളുകൾ.. പച്ചക്കറികൾ, വീട്ടുപകരണങ്ങൾ,ഉണക്ക മീൻ, യാക്കിന്റെ ഇറച്ചി ഉണക്കി സംസ്ക രിച്ചത്. എല്ലാം.

മാർക്കറ്റിൽ നിന്നും നേരെ റോഡിലേക്ക് കയറി ഒരു ഭാഗത്ത് ടോഴ്സ നദിഴുകുന്നു. ഭൂട്ടാനിൽ ഈ നദി യുടെ പേര് അമോച്ചു എന്നാണ്. ആ ജലപ്രവാഹം കണ്ടു നടക്കാൻ രസമായിരുന്നു. ടിബറ്റിൽനിന്നും വരുന്ന ടോഴ്സ 145 കിലോമീറ്റർ ഭൂട്ടാനിലൂടെ ഒഴുകി പിന്നീട് ബംഗാളിന്റെ സമതലങ്ങളിലേക്ക്.. ഒടുവിൽ ബംഗ്ലാദേ ശിൽ കടന്നു ബ്രഹ്മപുത്രയിലെത്തിചേരുന്നു.

ഹോട്ടലുകളും ബാറുകളും കൂടാതെ മദ്യം വിൽക്കുന്ന ഒരുപാട് മാടക്കടകൾ കണ്ടു. സിക്കിമിലേതു പോലെ ഇവിടെയും മദ്യം കഴിക്കുന്നവരാണ് കൂടുതലും. ആൺ–പെൺവ്യത്യാസമില്ലാതെ, സാമൂഹ്യമായ വേർതി രിവുകളില്ലാതെ മിതമായ രീതിയിൽ മദ്യം ഉപയോഗിക്കു ന്നു. മദ്യം സുലഭമാണ്. വിലയും കുറവാണ്. എങ്കിലും മദ്യപിച്ച് ഉന്മാദാവസ്ഥയിൽ ആരെയും കാണാൻ കഴിയി ല്ല. ഭൂട്ടാനിൽ നിർമ്മിക്കുന്ന നാടൻ ബ്രാന്റുകളോടാണ് സന്ദർശകർക്ക് താല്പര്യം.

ഭൂട്ടാന്റെ വരുമാനം കൂടുതലും വൈദ്യുതി വിൽപ്പനയിൽ നിന്നാണ്. ഇത് വാങ്ങിക്കൂട്ടുന്നത് ഇന്ത്യത ന്നെ. നിലവിലുള്ളപദ്ധതികളിൽ പലതുംനദികളുടെ സ്വഭാ വികമായ ഒഴുക്കിനെ ഉപയോഗിച്ച് കറന്റ് ഉൽപ്പാദിപ്പിക്കു ന്നവയാണ്. അണക്കെട്ടുകൾ വേണ്ട, ജലാശയങ്ങൾ വേണ്ട, എങ്കിലുംനാല് അണക്കെട്ടുകൾ നിലവിലുണ്ട്. മൂന്നെണ്ണം നിർമ്മിച്ചുകൊണ്ടിരിക്കുന്നു. എല്ലാ പദ്ധതി കൾക്കും ഇന്ത്യയുടെസാമ്പത്തിക സഹായമുണ്ട്. സാങ്കേ തിക സഹകരണവും.

ഭൂട്ടാനിൽ റോഡുകൾ കാര്യമായി വികസിച്ചിട്ടില്ല. സാംട്സെ, ഗോമ് ടു തുടങ്ങി നിരവധി സ്ഥലങ്ങളിലേക്ക് എത്തിച്ചേരാൻഇന്ത്യൻ റോഡുകളാണ് ആ രാജ്യം ഉപ യോഗിക്കുന്നത്. ഫൂവന്റ് ഷോലിങ്ങിൽ നിന്നും കേവലം 33 കിലോമീറ്റർ മാത്രം ദൂരമുള്ള സാംട്സെയിലേക്ക്

ഇന്ത്യൻ റോഡിലൂടെ 82 കിലോമീറ്റർ യാത്ര ചെയ്യേണ്ടിവ
രുന്നുണ്ട്.

ഭൂട്ടാനിൽ 75 ശതമാനവും നിറഞ്ഞു നിൽക്കു
ന്നത് ബുദ്ധമത വിശ്വാസമാണ്. 22 ശതമാനം ഹിന്ദുക്കൾ.

ഒരു ലക്ഷത്തോളം ഹിന്ദുക്കൾക്ക് നേപ്പാളിലേക്ക്
നാടുവിടേണ്ടി വന്നതും, തുടർന്ന്അമേരിക്കയിലേക്കും,
കാനഡയിലേക്കുമെല്ലാം അഭയം തേടി പോകേണ്ടിവന്ന
തുമെല്ലാം കഴിഞ്ഞ കാല സംഭവങ്ങൾ...

ബുദ്ധ വിഹാരങ്ങൾ ഭൂട്ടാനിൽ നിരവധിയാണ്.
അവയിൽ പലതിലും കുട്ടി സന്യാസിമാരെ കാണാൻ
കഴിഞ്ഞു. ആറുവയസ്സ് മുതൽ പ്രായമുള്ള തലമു
ണ്ഡനം ചെയ്ത കുട്ടികൾ. മാസങ്ങളോളം ചിലപ്പോൾ
വർഷങ്ങളോളം അച്ഛനമ്മമാരിൽ നിന്നകന്ന്, വീടും നാടു
മായി യാതൊരു ബന്ധങ്ങളുമില്ലാതെ വിഹാരങ്ങളിൽ തള
ക്കപ്പെടുന്ന ബാല്യം...

അടുത്ത് ചെന്ന് അവരുടെ നിഷ്ക്കളങ്കമായ
മുഖം കാണുമ്പോൾ, ചുണ്ടിൽ വിരിയുന്ന പുഞ്ചിരി
കാണുമ്പോൾ നമുക്ക് നൊമ്പരം തോന്നും.

തെരുവ് വിളക്കുകൾ തെളിഞ്ഞപ്പോൾ ഹോട്ടലി
ലേക്ക് തിരിച്ചു നടന്നു. സിക്കിമിലെപ്പോലെ ഇവിടെ
വലിയ തണുപ്പില്ല. നല്ല കാലാവസ്ഥ.

<h1 style="text-align:center">അദ്ധ്യായം – 16</h1>

സദൂജനും അബ്ദുള്ളയും താമസിക്കുന്ന മുറിയിൽ ഞങ്ങൾ കുറച്ചുപേർ സായാഹ്നത്തിൽ ഒത്തുകൂടി. പതി വ്പോലെ ഒരുപാട് സംസാരിച്ചു.

രാത്രി ഭക്ഷണം കഴിഞ്ഞു മുറിയിലെത്തിയയു ടനെ ലളിത ഉറങ്ങാൻ കിടന്നു. ഞാൻ ജനലരികിലിരുന്നു. പുറത്ത് താഴെ വാഹനങ്ങളുടെ നീക്കങ്ങൾ നിലച്ചിരുന്നു. നഗരം നിശ്ശബ്ദമായി. രാത്രി ഉറക്കത്തിലേക്ക് വഴുതി വീഴുന്നു.. സാങ്ടോപെൽരി ബുദ്ധവിഹാരത്തിന്റെ മുറ്റത്തെ വൈദ്യുത വിളക്കുകൾ അപ്പോഴും തെളിഞ്ഞു കിടന്നു.

എന്റെ യാത്രാപഥങ്ങളിൽ എന്നെന്നും ഓർത്തു വെക്കുന്ന കുറെ തണൽ മരങ്ങളുണ്ട്.അതിലൊന്നാണ് ഉണ്ണി. പത്താം ക്ലാസിൽ ഒരു വെള്ളിയാഴ്ച ദിവസം. വീട്ടിൽപോയി ഭക്ഷണം കഴിഞ്ഞു തിരിച്ചെത്തുമ്പോൾ ക്ലാസ് നിറയെ കുട്ടികൾ. വി.കെ. ഉണ്ണി എന്തോ ഉറക്കെ വായിച്ചുകൊണ്ടിരിക്കുന്നു. അല്പ്പനേരം ചെവി യോർത്തപ്പോൾ അത്ഭുതം തോന്നി. ഞാനെഴുതിയ കഥ യിലെ എന്റെ വരികൾ.....

പ്രസിദ്ധീകരിച്ചു വന്ന ആദ്യത്തെ കഥ. അത് ബ്രഹ്മദത്തൻനമ്പൂരി എന്നപത്തുവയസ്സുകാരന്റെ ജീവിതം തന്നെയായിരുന്നു. എന്നോടൊപ്പം അഞ്ചാം ക്ലാസിൽ ഒരേ ബെഞ്ചിലിരുന്ന് പഠിച്ചിരുന്ന കുട്ടി. ആ ജീവിതത്തിൽ നിന്നും പകർത്തിയെടുത്ത ഒരു വർഷം. വടക്ക് ശുകപുരം ഗ്രാമത്തിൽ നാശത്തിലേക്ക് കൂപ്പു കുത്തിക്കൊണ്ടിരിക്കുന്ന നമ്പൂതിരിയില്ലത്തെ നാല് കുട്ടി കളിലൊരാൾ. പുത്തൻ കോവിലകത്തെ കുശിനിക്കാ രന്റെ സഹായിയായി. വേളി കഴിയാത്ത ഓപ്പോൾ സദാ സമയവും അടച്ചിട്ട മുറിയിലിരുന്നു വായനയിലായിരി ക്കും. ഏട്ടൻമാർ കുട്ടനും കുഞ്ചുവും. തൃപ്പൂണിത്തുറ കോവിലകത്തെ കുശിനിയിൽ. പ്രാർത്ഥന കഴിഞ്ഞ് കുട്ടി കളെല്ലാം ക്ലാസ്സിൽ പ്രവേശിച്ചശേഷം മാത്രം ഓടിക്കിത ച്ചെത്തുന്ന ദത്തൻ.. ചീകിയാൽ ഒതുങ്ങാത്ത കോലൻ മുടി... കാക്കി ഷർട്ട്.. കാക്കി ട്രൗസർ... ആ ഒരു ജോടി വസ്ത്രങ്ങൾ ധരിച്ചു മാത്രമേ ആ സഹപാഠിയെ എന്നും കണ്ടിട്ടുള്ളു..

സ്കൂളിൽ വരാനും പഠിക്കാനും അനുവാദം നൽകിയത് ഗോദവർമ്മ തമ്പുരാന്റെനല്ല മനസ്സ്.

ആ വർഷം സ്കൂൾ പൂട്ടിയതിന് ശേഷം ദത്തനെ ഞാൻ കണ്ടിട്ടില്ല. നീറുന്ന ഒരോർമ്മ മാത്രമായി ആ മുഖം ഇപ്പോഴും മനസ്സിലുണ്ട്.. ദത്തൻ എപ്പോഴും പറയാറുള്ള

ഒരു വാക്കുണ്ട്: സുകൃത ക്ഷയം. കഥക്ക് നൽകിയ പേരും അതുതന്നെ.

ഒരു കാലത്ത് ഞാൻ എഴുതിയിരുന്ന വരികൾ വായിക്കുകയും കൂടുതൽ കൂടുതൽ എഴുതാൻ പ്രേരിപ്പിക്കുകയും ചെയ്തിരുന്ന വേണു... ഇപ്പോൾ ഡോക്ടർ ഇ.എ.വേണുഗോപാൽ, സാധാരണക്കാർക്ക് സാന്ത്വനം നൽകുന്ന, ആശ്വാസം നൽകുന്ന ഐശ്വര്യ ക്ലിനിക് നടത്തുന്നു. എന്റെ സുഹൃത്തും, ഗുരുവും, വഴികാട്ടിയും. ഹൈസ്കൂൾ ക്ലാസുകൾ മുതൽ ഒപ്പം നടന്ന സഹപാഠി. വേണുവിന്റെ നിർബന്ധം കൂടിക്കൂടി വന്നപ്പോഴാണ് കോളേജിലെ കഥാസാഹിത്യ മത്സരത്തിൽ പങ്കെടുത്തത്...

എന്തെഴുതണമെന്ന് ആലോചിച്ചിരിക്കുമ്പോൾ മുന്നിലെത്തുന്നു അനാരോഗ്യം നിറഞ്ഞ ഒരു കൗമാരം. മെലിഞ്ഞുണങ്ങിയ, വിളറി വെളുത്ത ശരീരം, കൂടെക്കൂടെ വരുന്ന പനി.. അമ്മയുടെ കൂടെ അയൽവാസിയായിരുന്ന ടി.വി. അപ്പു വൈദ്യരുടെ വീട്ടിലേക്കുള്ള യാത്രകൾ..

അന്നൊരിക്കൽ വൈദ്യർ പറഞ്ഞതോർമ്മയുണ്ട്... രക്തക്കുറവാണ്, അതുമാറുമ്പോൾ ആള് ഉഷാറായിക്കോളും.. പേടിക്കണ്ട.. വേറൊരു കുഴപ്പവുമില്ല.

അദ്ദേഹം തരാറുള്ള തവിട്ടു നിറമുള്ള മരുന്ന് കഴിക്കുമ്പോൾ ഇരുമ്പിന്റെ മടുപ്പിക്കുന്ന ചുവ. അതുകൊണ്ട് തന്നെ ആ മരുന്ന് പലപ്പോഴും കഴിക്കാറില്ല.

പിന്നീടൊരിക്കൽ സ്കൂളിൽ പോകാൻ നേരത്ത് കൈപ്പുനീർ ഛർദ്ദിച്ച് തളർന്നിരുന്നപ്പോൾ അച്ഛൻ ഡോക്ടർ കെ.ജി. നായരുടെ അടുത്ത് കൊണ്ടുപോയി. ആ ദിവസം ജീവിതത്തിൽ ഒരിക്കലും മറക്കില്ല. അന്ന് ഡോക്ടർ വിധിയെഴുതി.

"അവന് ബ്ലൂ ബേബി സിൻദ്രോം ആണ്. ഹാർട്ടി നാണു കുഴപ്പം. ദുർബലമായ പമ്പിങ്, ശ്വസിക്കാൻ ബുദ്ധിമുട്ട്, ഇടക്ക് പനി, ഇതൊക്കെയാണ് ലക്ഷണങ്ങൾ.

ഹൃദയത്തിന് ജന്മനാ ഉണ്ടാകുന്ന വൈകല്യമാണ ത്. സൈനോസിസ് എന്നു പറയും. അശുദ്ധ രക്തം ഓക്സിഡേഷനു വേണ്ടി ശ്വാസകോശത്തിലേക്ക് എത്തു ന്നില്ല. ദുഷിച്ചരക്തം സദാ ശരീരത്തിൽ ചുറ്റിക്കൊണ്ടിരി ക്കുന്നു. ചികിത്സയില്ല. ജനിക്കുന്നത് നീലനിറത്തോടുകൂ ടി..പരമാവധി ആയുസ്സ് ഇരുപത്തിയഞ്ച് വയസ്സ് വരെ.. "

എന്നോട് കുറച്ചുനേരം പുറത്തിരിക്കാൻ നിർദ്ദേശിച്ചതിനുശേഷമായിരുന്നു ഡോക്ടറുടെ വെളിപ്പെ ടുത്തലുകൾ. പക്ഷെ എല്ലാം ഞാൻ കേട്ടു..വ്യക്തമായി കേട്ടു.. മഹത്തായ എന്തോ കണ്ടുപിടിത്തം നടത്തിയപോ ലുള്ള വിജയഭാവമായിരുന്നു അദ്ദേഹത്തിന്റെ ശബ്ദത്തി ലും, പെരുമാറ്റത്തിലും.

കണ്ണിൽ ഇരുട്ട് കയറിയ നിമിഷങ്ങളായിരുന്നു. ഞരമ്പുകൾ വലിഞ്ഞു മുറുകി.. മരണം കൺമുന്നിൽ

എത്തിനിൽക്കുന്നു.. എന്റെ സഞ്ചാരവഴികൾഅടയുകയാ
ണോ..?

അച്ഛൻ അധികം സംസാരിക്കാറില്ല. വല്ലപ്പോഴും
സംസാരിക്കുകയാണെങ്കിൽ തന്നെ അത് ഞങ്ങൾ
മക്കളെ വഴക്ക് പറയാനായിരിക്കും. വലിയ ദേഷ്യക്കാര
നായിരുന്നു. പക്ഷെ അന്ന് മുതൽ എന്നോട് പതി
വിൽനിന്നും വ്യത്യസ്തമായി സ്നേഹത്തോടെ, വാത്സ
ല്യത്തോടെപെരുമാറാൻ തുടങ്ങിയത് എനിക്ക് നൊമ്പര
മായി മാറി...

സിലോണിൽ ഹാരിസൺക്രോസ്സ് ഫീൽഡ്
തേയില കമ്പനിയിൽ ചായയുടെ രുചി നോക്കി ഗ്രേഡ്
നിശ്ചയിച്ചിരുന്ന അച്ഛൻ നാട്ടിൽനിന്ന് ജോലിതേടി പോയ
ഒരുപാട് പേരെ ജീവിതത്തിൽ കൈപിടിച്ച് കയറ്റിയിട്ടുണ്ട്.
അവരിൽ പലരും ഇന്ന് നാട്ടിൽ ബാറുടമകളാണ്. വ്യസാ
യികളാണ്. ഇപ്പോൾ സ്വന്തം മകന്റെ
ജീവൻതന്നെചോദ്യചിഹ്നമായി മാറുമ്പോൾ തളർന്നു
പോയമനസ്സു ഞാൻ കണ്ടു. പ്രവാസജീവിതം മതിയാക്കി
നാട്ടിൽ വന്ന് തുടങ്ങിവെച്ച ഇടപാടുകളിലെല്ലാം തോറ്റു
പോയ മനുഷ്യനാണ്.

ഡോക്ടറുടെവാക്കുകൾ എന്റെ മനസ്സിൽ പ്രകമ്പ
നങ്ങളുണ്ടാക്കിക്കൊണ്ടിരുന്നു. ആഴ്ചകളോളം, മാസങ്ങ
ളോളം.. ക്രമേണ യാഥാർത്ഥ്യങ്ങളുമായി പൊരുത്തപ്പെടാ
നും, ഭാവി എനിക്കുവേണ്ടി കരുതിവെച്ചപാരിതോഷിക

ങൾക്കുവേണ്ടി കാത്തിരിക്കാനും മനസ്സിനെ പാകപ്പെടു
ത്തുകയായിരുന്നു..

പലപ്പോഴും സമയവും ചുറ്റുപാടുകളും വിസ്മൃത
മായി.. ഭ്രമാൽമകമായ ഏതോ ലോകത്തിലൂടെ മനസ്സ്
സദാ സഞ്ചിച്ചുകൊണ്ടിരുന്നു...

പ്രഭാതങ്ങളുടെ, പ്രദോഷങ്ങളുടെ വർണ്ണരശ്മി
കൾ കടന്നുവരാത്ത ഇരുട്ടിന്റെ ലോകം.. അയന സന്ധിക
ളും, സംക്രമ സന്ധ്യകളുമില്ലാത്ത ഋതുഭേദങ്ങളില്ലാത്ത
ലോകം.. ഭയന്നു കഴിഞ്ഞ രാത്രികൾ. കാലൻ കോഴി
യുടെ കൂവൽ, കടവാവലുകളുടെയും കഴുകന്മാരുടെയും
ചിറകടികൾ.. മരണം പതുങ്ങിനടക്കുന്ന പരിസരങ്ങളിൽ
അനുഭവപ്പെടാറുള്ള ദുർഭൂതങ്ങളുടെ, അദൃശ്യശക്തിക
ളുടെ സാന്നിധ്യം നായ്ക്കൾക്കും, പക്ഷികൾക്കും തിരിച്ച
റിയാൻ കഴിയുമെന്ന് കാളിയമ്മൂമ്മ പറഞ്ഞുകേട്ടിട്ടുണ്ട്...

ഐക്കര പറമ്പിൽ അപ്പു വൈദ്യരുടെ വീടിനു
ചുറ്റും ചെറുതും വലുതുമായ കുറെ വീടുകളുണ്ടായിരു
ന്നു. ചാണകം മെഴുകിയ ഒരു കൂരയിലായിരുന്നു കാളി
അമ്മൂമ്മ. അന്ന് വേലികളും മതിലുകളും ഉണ്ടായിരുന്നി
ല്ല. ഞങ്ങൾ ഒരുപാട് കുട്ടികൾക്ക് കഥകൾ പറഞ്ഞു
തന്നിരുന്ന അമ്മൂമ്മ.. മാമ്പഴം കൊഴിയുന്ന വേനലവധി
ക്കാലങ്ങളിൽ ഞങ്ങൾ ഒത്തുകൂടിയിരുന്നത് ആ പറമ്പി
ലായിരുന്നു...

കുന്തിരിക്കം മണക്കുന്ന സ്വപ്നങ്ങളിൽ ഇരുട്ടി ലൂടെ ശവശരീരങ്ങളും വേഹിച്ച് കടന്നുപോകുന്ന കറുത്ത നിഴലുകൾ...

ഉറക്കത്തിൽനിന്നും ഞെട്ടിയുണർന്ന്, ജനലരികി ലേക്ക് വന്ന് നോക്കുമ്പോൾ പുറത്ത് ഇരുട്ട് മാത്രം, കൂരി രുട്ട്. കൂവലില്ല ചിറകടികളില്ല. നിശ്ശബ്ദത, ഭീതി നിറഞ്ഞ നിശ്ശബ്ദത മാത്രം.

മരണത്തിന്റെ മർമ്മരങ്ങൾക്ക് ചെവിയോർത്തി രുന്ന നാളുകളിൽഎന്റെ ഏകാന്ത നിമിങ്ങളിലേക്ക് ഒഴുകി യെത്തിയിരുന്ന ചില ഭാവഗീതങ്ങളുടെ വരികളുണ്ട്.. മുപ്പ ത്തേഴാമത്തെ വയസ്സിൽ മരണത്തിനു കീഴടങ്ങിയ ചങ്ങ മ്പുഴയുടെ സ്പന്ദിക്കുന്ന അസ്ഥിമാടം, നിത്യമായ മര ണത്തിന്റെ സൗരഭ്യത്തെക്കുറിച്ചെഴുതിയ ഇരുപത്തി അഞ്ചാമത്തെ വയസ്സിൽ വിളറി മെലിഞ്ഞു മരണ ത്തിന്റെഅനന്തതയിൽ വിലയം പ്രാപിച്ച കീറ്റ്സ് എന്ന ആംഗലേയ കവി, മനുഷ്യ മനസ്സുകളെ ആർദ്രമാക്കിയ, തന്റെ ഡയറിക്കുറിപ്പുകൾ പൂർണ്ണമാക്കാതെ ജർമൻ തട കൽ പാളയത്തിൽ പതിനാലാമത്തെ വയസ്സിൽ ജീവിൻ നഷ്ടമായ ആൻ ഫ്രാങ്ക്.. അതും ഒരു വിലാപകാവ്യം തന്നെ.

വിവിധ സ്ഥലങ്ങളിൽനിന്നും ബസ്സിൽവന്നിറ ങ്ങുന്ന സഹപാഠികൾ കോട്ടപ്പുറം കടവിൽ ഒത്തുകൂടുന്ന

പ്രഭാതങ്ങൾ.. കടത്തു ബോട്ടിൽ അന്ധനായ ചെറുപ്പക്കാ രന്റെ ഓടക്കുഴൽ നാദം.

കൂട്ടത്തോടെ മൂത്തകുന്നം മുതൽ മാല്യങ്കര വരെ യുള്ള തിരക്കിട്ട നടത്തം. പി.കെ മുഹമ്മദ് അഷ്റഫ്, വി.എ മോഹൻദാസ്, പി.എസ്. ലോഹിതാക്ഷൻ, ടി. സുധാകരൻ, കെ.ജി. ശിവൻ, വി.കെ സുഗതൻ.. അങ്ങിനെ ഞങ്ങൾ കുറേപ്പേർ.... രാധാലക്ഷ്മി, ലളിതാം ബിക, സുജാത, സുഷമ തുടങ്ങി കുറെ പെൺകുട്ടിക ളും...

പലരും നിർമ്മാല്യം പോലെ വിശുദ്ധമായ കൊച്ചുകൊച്ച് ഇഷ്ടങ്ങൾ മനസ്സിലൊളിപ്പിച്ചുവെച്ചിരു ന്നു.. പക്ഷെ പിന്നീട് ആ ഇഷ്ടങ്ങളൊന്നും വളർന്നു വലുതായില്ല...

ക്ലാസ് മുറികളിൽ പാഠഭാഗങ്ങൾ പഠിപ്പി ക്കുമ്പോൾപോലും ഒന്നിലും ശ്രദ്ധിക്കാനാകാതെ ആകാ ശത്ത് മേഘപാളികൾക്കിടയിലൂടെ ഒഴുകി നീങ്ങുന്ന മന സ്സ്...

കഥയെഴുതി ഇൻവിജിലേറ്റർക്ക് കൈ മാറു മ്പോൾ മനസ്സിന്റെ ഭാരം ഇറക്കിവെച്ച ആശ്വാസമാണ് തോന്നിയത്. അതുവരെ എന്റെ നൊമ്പരങ്ങൾ ആരോടും പറഞ്ഞിരുന്നില്ല.

കോളേജ്‌ഡേക്ക് സമ്മാന വിതരണം നടത്തിയത് ജസ്റ്റിസ് വി.ആർ കൃഷ്ണ അയ്യർ.

ഒന്നാംസമ്മാനം കൈ നീട്ടിവാങ്ങുമ്പോൾ സഹ പാഠികളുടെ കയ്യടികൾ മുഴങ്ങിയിരുന്നു. വെറുമൊരു മൂക സാക്ഷിയായി, ഒരു സ്വപ്നാടനക്കാരനെപ്പോലെ സമ്മാനപ്പൊതിയുമായി സ്റ്റേജിൽനിന്നും തിരിച്ചിറങ്ങുമ്പോഴും പിറ്റേന്ന് സ്റ്റാഫ് റൂമിൽവെച്ച് അദ്ധ്യാപകരുടെ അഭിനന്ദനങ്ങൾ ഏറ്റുവാങ്ങുമ്പോഴും എല്ലാം നോക്കിക്കാണാൻ എവിടെ നിന്നോ വന്നെത്തിയ കേവലം ഒരു അന്യൻ മാത്രമാണ് ഞാൻ എന്ന തോന്നലായിരുന്നു.

ക്ലാസ്സിൽ ശ്രദ്ധിക്കാത്തതിന് ഏറ്റവും കൂടുതൽ വഴക്ക് പറഞ്ഞിട്ടുള്ള മായ ടീച്ചർ അടുത്ത് വന്ന് അല്പ്പം കുറ്റബോധത്തോടെ പറഞ്ഞു:

"വായിച്ചു മാർക്കിടുമ്പോൾ അത് നിന്റെ വരിക ളാണെന്ന്, നിന്റെ കഥയാണെന്ന് ഞാൻഅറിഞ്ഞിരുന്നില്ല കുട്ടീ...."

ആവേനൽ കാലത്താണ് എറിയാട് മുഹമ്മദ് അബ്ദു റഹ്മാൻ സ്മാരക വായന ശാലയിൽ ഡെയിൽ കാർന്നിഗിയുടെ How to stop Worrying & Start Living എന്ന പുസ്തകം കണ്ടെത്തിയത്. ഒരു വർഷത്തിനുള്ളിൽ തന്നെ ജീവിതം അവസാനിക്കുമെന്നറിയുന്ന ധനികന്റെ ആഗോള യാത്ര... ആഡംബര കപ്പലിൽ.പിന്നീട് എന്റെ യാത്രകൾ ആരംഭിക്കുകയായിരുന്നു. നഗരങ്ങളിൽനിന്ന് നഗരങ്ങളിലേക്ക്... ഗ്രാമങ്ങളിൽനിന്ന്ഗ്രാമങ്ങളിലേക്ക്.. സമ്പന്നരുടെ മോടിപിടിപ്പിച്ച ഭവനങ്ങൾ കണ്ടു. ഭവന

സമുച്ചയങ്ങൾ കണ്ടു. നിരവധി ചേരികൾ കണ്ടു. അവിടെ കഴിഞ്ഞു കൂടുന്ന പതിനായിരങ്ങളുടെ ജീവിതം കണ്ടു. മുണ്ടും ഷർട്ടും ധരിച്ചു, തോളിൽ തൂക്കിയ സഞ്ചി യുമായി നടന്നുനീങ്ങുന്ന പതിനെട്ടുകാരനെ കണ്ട് മലയാ ളികൾ പലരും അടുത്ത് വന്ന് അത്ഭുതത്തോടെ ചോദിച്ചു:

"എവിടേക്കാ..."

എവിടുന്നു വരുന്നു?"

രണ്ടുവർഷങ്ങൾ കടന്നു പോയതറിഞ്ഞില്ല യാത്രകൾ നിർത്തിവെച്ച് വീണ്ടും നാട്ടിൽ.

അപ്പോഴേക്കും അഴീക്കോട് കരിക്കുളം ആശുപ ത്രി ഏറെ പ്രസിദ്ധിനേടി കഴിഞ്ഞിരുന്നു. കൊടുങ്ങല്ലൂ രിലെ ആദ്യത്തെ സ്വകാര്യ ആശുപത്രി.. ആദ്യത്തെ എക്സറേ യൂണിറ്റ്.അങ്ങിനെ പല പുതുമകളും നിറഞ്ഞ, ആതുര സേവനത്തിന്റെ പുതിയ വ്യാഖ്യാനമായി മാറിയ സ്ഥാപനം. സ്വാതന്ത്ര്യത്തിന് മുൻപും പിന്നീടും അധികാ ര കേന്ദ്രങ്ങളിൽ സ്വധീനമുണ്ടായിരുന്ന പ്രമുഖനായിരുന്ന ഖാൻ സാഹെബ് കരിക്കുളം അലിക്കുഞ്ഞിക്ക് വേണ്ടി മക്കൾ പടുത്തുയർത്തിയ സ്മാരകം...

ഞാൻ കയറിച്ചെല്ലുമ്പോൾ ഡോക്ടർ സഗീറിന്റെ പുഞ്ചിരി വിരിഞ്ഞ മുഖം. അടുത്തുതന്നെ ഡോക്ടർ സി ദ്ദിഖ്, രണ്ടുപേരും വിശദായി പരിശോധിച്ചു.. സ്ക്രീൻ ചെയ്തു..ഡോക്ടർമാർ രണ്ടുപേരും ഉറപ്പിച്ചു പറഞ്ഞു:

ഒരു കുഴപ്പവുമില്ല.. ഡോക്ടർ നായർക്ക് എന്തോ തെറ്റ് പറ്റിയതാണ്.. ഡോക്ടർ സഗീർ പറഞ്ഞു... ഒരു മരുന്നി ന്റെയും ആവശ്യവുമില്ല... കഴിഞ്ഞതെല്ലാം മറന്നു കള ഞ്ഞേക്കൂ...

തിരിച്ചു പോരുമ്പോൾ മനസ്സു നിറഞ്ഞ സംതൃ പ്തി. വെറുതെയല്ല ഈ രണ്ട് ഡോക്ടർമാർ സാധാരണ ക്കാർക്ക് കണ്ണുംകരളുമായി മാറിയത്...

പക്ഷെ, നഷ്ടപ്പെട്ട എന്റെ കൗമാര സ്വപ്നങ്ങൾ തിരിച്ചു നൽകാൻ ആർക്കുമാകില്ലല്ലോ?

ശാസ്ത്ര സാങ്കേതിക മണ്ഡലം ഇത്രയും വളർന്നിട്ടും ഇന്നും തെറ്റായ രോഗ നിർണ്ണയങ്ങൾ പലർക്കും ദുരിതം വിതക്കുന്നുണ്ട്. മരണം വിധിക്കുന്നു ണ്ട്...

വീണ്ടും കലാലയ ജീവിതം, കേരള വർമ്മകോളേ ജിൽ ഇ.എ. വേണുഗോപാലിനെ കണ്ടപ്പോൾ അതിരറ്റ സന്തോഷം തോന്നി. വേണു പി.ജി.ക്ലാസ്സിൽ. വിഷയം മലയാള സാഹിത്യം. ഇടവേളകളിൽ വേണുവിന്റെ ക്ലാസ്സിൽ പോകും. ഹ്രസ്വമായ സാഹിത്യ ചർച്ചകൾ..

വേണുവിനെപോലെതന്നെ എഴുതാൻ പ്രേരിപ്പിച്ച വ്യക്തിയാണ് പൗലോസ്,. അന്ന് സമകാലികങ്ങളിൽ പ്രസിദ്ധീകരിച്ച കഥകൾ വായിച്ചു പ്രോത്സാഹനം തന്ന സുഹൃത്ത്.. എൽ.എൽ.ബി. ക്ക് പഠിക്കുമ്പോഴും, പുഷ ്പാങ്ഗദനോടൊത്തു മണ്ണുത്തിയിൽ ടൂട്ടോറിയൽ നടത്തു

ബോഴും, ജൂഡിഷ്യറിയുടെ തലപ്പത്ത് ജഡ്ജ് ആയി മാറി യപ്പോഴും തേക്കിൻ കാടു മൈതാനത്ത് ഒത്തു കൂടുന്ന ചില സന്ധ്യകളുണ്ടായിരുന്നു. സിഗരറ്റിന്റെ പുകച്ചുരുളു കൾക്കിടയിലൂടെ നീണ്ടു പോകുന്ന ചർച്ചകൾ...

കേരളവർമ്മകോളേജിൽ സ്നേഹബന്ധ ങ്ങൾ രൂപപ്പെട്ടിരുന്നത് ക്ലാസ് മുറികളിലല്ല, എലിഞ്ഞിത്ത റയിൽ ആയിരുന്നു. അവിടെ തുടങ്ങിയ ബന്ധങ്ങൾ ഒരു പാട് ഉണ്ട്.

എന്റെ മനസ്സിനെ ആഴത്തിൽ സ്വാധീനിച്ച സുഹൃ ത്താണ് രാധാകൃഷ്ണൻ. ആകർഷകമായ വ്യക്തിത്വം. കലാചാതുരിയോടെ സ്വയം വെട്ടിയൊതുക്കിയ തലമുടി.. ചുണ്ടിൽ സ്ഥായിയായ പുഞ്ചിരി.. ചന്തപ്പടിയിൽ അച്ഛന്റെ വൈദ്യശാല.. ചികിത്സ തേടിയെത്തുന്ന രോഗികൾ.. രാ ധാകൃഷ്ണന്റെ വിവരണങ്ങൾ ഇപ്പോഴും മനസ്സിലു ണ്ട്.പ്രിയപ്പെട്ട സഹോദരിയുടെ അപ്രതീക്ഷിതമായ വേർപാടിനെക്കുറിച്ച് പറഞ്ഞപ്പോൾ ആ കണ്ണുകളിൽ നനവ് പടർന്നിരുന്നു.. ക്യാൻവാസിലേക്ക് പകർത്താൻ മനസ്സിൽ ഒരുപാട് വർണ്ണക്കൂട്ടുകൾ അന്നോകലർത്തി വെച്ചിട്ടുണ്ടായിരുന്നു. ആ കഴിവുറ്റ ചിത്രകാരൻ.....

കോഴ്സ്പൂർത്തിയാക്കും മുൻപ് വേണുഗോപാ ലിന് ആലപ്പുഴ മെഡിക്കൽ കോളേജിൽ പ്രവേശനം കിട്ടി. സാഹിത്യപ്രവർത്തനം അവിടെ നിലച്ചു. പക്ഷെ നാടിന്റെ

പ്രിയപ്പെട്ട ഡോക്ടർ ആകാൻ പറ്റിയത് വലിയ നേട്ടംത
ന്നെ.

സാധാരണക്കാരന്റെ ഡോക്ടർ... വേണുവിന്
ആതുര സേവനവും സാഹിത്യവും സമന്വയിപ്പിച്ചുകൊ
ണ്ടുപോകാമായിരുന്നു.

അന്ന് പല പെൺകുട്ടികളെയും ഭയപ്പെടുത്തിയി
രുന്ന കൊമ്പൻ മീശയും ചുവന്ന കണ്ണുകളും ശ്രീനിവാ
സന്റെതായിരുന്നു. എന്നും ബന്ധങ്ങളിൽനിന്നും അകലം
പാലിക്കാൻ ശ്രദ്ധിച്ചിരുന്ന ശ്രീനി വൃദ്ധസദനത്തിന്റെ
ചുമരുകൾക്കുള്ളിൽ എരിഞ്ഞു തീർന്നു...

പാതിരാ കഴിഞ്ഞിട്ടും ഉറക്കം വന്നില്ല. എങ്കിലും
വിളക്കണെച്ചു കിടന്നു.

# അദ്ധ്യായം – 17

രാവിലെ എട്ട് മണിയോടെഞങ്ങളെല്ലാം കുളിച്ചു റെഡി യായി ഹോട്ടലിന്റെ താഴെ വന്ന് പ്രഭാത ഭക്ഷണം കഴിച്ചു. കുടിക്കാനുള്ള വെള്ളം കുപ്പികളിൽ നിറച്ചു. ജീവനക്കാ രോട് യാത്ര പറഞ്ഞു പുറത്തിറങ്ങി.. കുറച്ചു സ്ഥലങ്ങ ളിൽക്കൂടി പോകാനുണ്ട്.

ആദ്യം പോയത് കാർബന്ദി മോനാസ്ട്രിയിലേക്കാ ണ്. രണ്ടുവശങ്ങളിലായി ചെടികളും, വള്ളിപ്പടർപ്പുകളും വെച്ചു പിടിപ്പിച്ച വഴിയിലൂടെ, നിരവധി പടികൾ കയറി ചെല്ലുമ്പോൾ ആകാശത്തേക്ക് ഉയർന്നു നിൽക്കുന്ന താഴികക്കുടങ്ങൾ. പലതരം നിർമ്മിതികൾ, പ്രാർത്ഥനാ ച ക്രങ്ങൾ...

ശാന്തി നിറഞ്ഞ പരിസരം. അപ്പുറത്തെ താഴ്വര യിൽ തിങ്ങി വളർന്നു നിൽക്കുന്ന ദേവദാരു മരങ്ങൾ. അകലെ അതിർത്തിക്കപ്പുറത്തു പരന്നു കിടക്കുന്ന ബംഗാൾ സമതലം.

പിന്നീട് കണ്ടത് പാൽഡൺ ടാഷി ബുദ്ധിസ്റ്റ് കലാശാലയാണ്. വിശാലമായ ക്യാമ്പസ്. കൊത്തുപണി കളും അലങ്കാരങ്ങളും നിറഞ്ഞ കെട്ടിടങ്ങൾ. ആറു വ യസ്സ് മുതൽ ഇരുപത്തഞ്ച് വയസ്സുവരെയുള്ള70 കുട്ടി

കൾക്ക് താമസിച്ചു സന്യാസപഠനം നടത്താനുള്ള സൗക

ര്യമുണ്ട്.കുട്ടി സന്യാസിമാർ സന്ദർശകരെ കൗതുക

ത്തോടെ നോക്കിക്കാണുന്നുണ്ടായിരുന്നു. പ്രധാന

പ്രാർത്ഥനാശാലയിൽ വിശേഷമായ കുറെ മ്യൂറൽ

ചിത്രങ്ങൾ കണ്ടു. 2014 ൽ ആണ് ഈ പഠനകേന്ദ്രം

പ്രവർത്തനം ആരംഭിച്ചത്.

അടുത്തതായി ഞങ്ങൾ അമോച്ചു മുതല

വളർത്തൽ കേന്ദ്രം കാണാൻപോയി. വളരെ പരിമിതമായ

സ്ഥലത്താണ് ഈ കേന്ദ്രം. ചെറുതും വലുതുമായി

ഒട്ടേറെ മുതലകൾ, വളർച്ചയെത്തിയ മുതലകളെ പ്രകൃതി

ദത്തമായ ആവാസകേന്ദ്രങ്ങളിലെത്തിച്ചു തുറന്നുവിടു

ന്നു. ഈ സ്ഥാപനം കൂടുതൽ വിശാലമായ ഒരു സ്ഥല

ത്തേക്ക്മാറ്റി സ്ഥാപിക്കാൻ അധികാരികൾ ശ്രമിച്ചു

കൊണ്ടിരിക്കുന്നുണ്ട്. അതും അമോച്ചു നദിയുടെ തീര

ത്തുതന്നെ.

ഇനി മടക്കയാത്ര. ഓർത്തെടുക്കാൻ കുറെ അനു

ഭവങ്ങളുമായി...

രാവിലെ 11 മണിക്ക് ഭൂട്ടാൻ ഗേറ്റ് കടന്നു. ഹാസി

മാരയിലെ തേയില തോട്ടങ്ങൾക്കിടയിലൂടെ, വനമേഖലക

ളിലൂടെ കടന്നുപോകുന്ന വിശാലമായ ദേശീയ പാത.

പലരും ഒരു പകലുറക്കത്തിന്റെ ആലസ്യത്തി

ലേക്ക് മയങ്ങി വീഴാൻ തുടങ്ങിയിരുന്നു....

*Team of Forty*

*Preethy & Rangan*

*Ismali Master the Team Leader*

*Mrs & Mr. Balan Master*

*Mrs & Mr. Abdulla*

*Tsongo Lake*

*Team Members*

*Team Members*

*Team Members*

*Radha & Haridas*

*Team Members*

*Mrs & Mr. Sidharthan*

*Mrs. & Mr. Stanly Master*

*Lalitha & Viswanathan*

*Savithri & Venugopal*

*Mrs. & Mr. Unnikrishnan*

*Sun Rise in Tiger Hill*

*Mrs. & Mr. Balakrishnan Master*

 മഞ്ഞിൽ മറയുന്ന ഹിമാലയൻ താഴ്‌വരകൾ

www.ingramcontent.com/pod-product-compliance
Lightning Source LLC
Chambersburg PA
CBHW020547160726
47991CB00002B/628